உருவமற்ற என் முதல் ஆண்

கே.வி.ஷைலஜா

உருவமற்ற என் முதல் ஆண்	:	கட்டுரைகள்
ஆசிரியர்	:	கே.வி.ஷைலஜா
	:	© ஆசிரியருக்கு
முதற்பதிப்பு	:	டிசம்பர் 2019
அட்டை வடிவமைப்பு	:	பி.எஸ்.வம்சி
வெளியீடு	:	வம்சி புக்ஸ்
		19, டி.எம்.சாரோன்,
		திருவண்ணாமலை - 606 601
		9445870995, 04175 - 235806
அச்சாக்கம்	:	மணி ஆப்செட், சென்னை-600 077
விலை	:	₹ 150/-
ISBN	:	978-93-84598-85-3

Uruvamattra ne muthal aan	:	Articles
Author	:	K.V.Shylaja
	:	© Author
Wrapper Edition	:	December - 2019
Cover Design	:	B.S.Vamsi
Published by	:	Vamsi books
		19.D.M.Saron,
		Tiruvannamalai - 606 601
		9445870995, 04175 - 235806
Printed by	:	Mani Offset, Chennai - 600 077
	:	₹ 150/-
ISBN	:	978-93-84598-85-3

www.vamsibooks.com - e-mail: vamsibooks@yahoo.com

மனதாலும் கண்களாலும்
வாழ்ந்து என்னைத் தாங்கும்
மகன் வம்சிக்கு...

சுட்டெரியும் சில அனுபவங்களும் ஒரு பேனாவும்

உயிர்வாதையில் நடுங்கும் சின்னஞ்சிறுமி ஒருத்தியின் விரல் வருடலைப் போல சின்னஞ்சிறிய இந்த நாவலை உடலும் மனமும் சிலிர்க்கச் சிலிர்க்க ஒரே மூச்சில் படிப்பது பரவசமும் துன்பமும் கலந்த ஒரு அனுபவம் . அத்தனை கவித்துவத்தை மட்டுமல்லாமல் வெளிப்படுத்த இயலாத உணர்வுகளையும் தாங்கி வருவதால் 118 பக்கங்கள் இத்தனை கனக்கின்றன.

சில மாதங்களுக்கு முன்பு தான் நண்பன் ஒருவனை இழந்திருக்கும் காரணம், இன்னமும் தீவிரமாக சுமித்ராவுக்காக துக்கிக்கும் உள்ளங்களில் ஒன்றிப் போக முடிகிறது. மிக நெருக்கடியான ஒரு காலகட்டத்தில்-அப்போது படிக்கும், எழுதும் மனநிலை இல்லை என்று எவ்வளவோ மறுத்தும்- நண்பர் போகனின் தொடர் வற்புறுத்தலின் பேரில் சுமித்ராவை, ஷைலஜாவை முதல் முறையாக வாசித்திருந்தவள், அந்தப் புத்தகம் அளித்திருந்த கிளர்ச்சி மறையும் முன்பே எழுதியிருந்த வாசிப்பனுபவக்கட்டுரை ஒன்றில் இப்படித்தான் சுமித்ராவைப் பற்றிச் சொல்லியிருந்தேன். நாவலை வாசிப்பதற்கு முன்பிருந்த கடும் மனநெருக்கடியைப் புறந்தள்ளி, ஒரு வரி கூட எழுத முடியாது என்றிருந்த தடையை உடைத்து, உடனடியாக ஒரு முழுநீளக்கட்டுரையை என்னை எழுத வைத்த நாவலை

மொழியாக்கித்தந்திருந்தவரின் கட்டுரைகளாலான தொகுப்பு இது என்பதால் தனிப்பட்டமுறையில் எனக்கு இந்த நூல் மிகவும் விசேஷமானது.

தொடுவானத்தின் ஒரு முனையை தன் மிதிவண்டியின் ப்ரேக்கில் கட்டிவைத்திருக்கும் பெண்ணொருத்தி பயணத்தின் இடையில் வண்டியை நிறுத்தி, ஒரு காலை ஊன்றிநின்று, கடந்து வந்த பாதையைத் திரும்பிப் பார்ப்பதாக இருக்கிறது இந்த வாழ்வனுபவக்கட்டுரை நூல். ஷைலஜாவின் இந்தத் தொகுப்பை வாசித்ததும் கிட்டத்தட்ட சுமித்ராவை வாசித்தது போன்றதேயான அனுபவம் கிட்டும் என்பதை என் உள்மனம் எதிர்பார்த்திருந்திருக்கிறது என்று தான் சொல்ல வேண்டும். சுமித்ராவை அதன் பல்வேறு பாத்திரங்களின் வாழ்க்கையைப் பேசும் ஒரு கொலாஜாகத்தான் என் மனதில் சித்திரமாக்கி வைத்திருக்கிறேன். 'உருவமற்ற என் முதல் ஆண்', என்ற இந்தப் புத்தகமும் அப்படியான ஒரு கொலாஜாகத்தான் அமைந்திருக்கிறது. இருபதே வயதில் கணவனை இழந்து, வறண்டு போன நிலமாகிவிட்ட வாழ்வில் புதுமழையெனப்பெய்த இலக்கிய மழையில் வேர் பிடித்து நின்று கொண்டது மாதவி அம்மா மட்டுமல்ல அவர் பெற்றெடுத்த மூன்று பெண்மக்களும் தான். இலக்கியம் என்ன பண்ணும் என்ற கேள்விக்கு, மனிதனை அவன் இருப்பதை விட ஒரு படி இன்னமும் கண்ணியமாக்கும் என்றாராம் பிரபஞ்சன். ஷைலஜாவைக் கேட்டால் வாழ்வின் மீது அவநம்பிக்கையும் உலகின் மீது தீராத அச்சத்தையும் கொண்டிருப்பவளை ஆற்றுப்படுத்தி நம்பிக்கையோடு வாழப்பண்ணும் என்று சொல்லுவார் என்று தான் நினைக்கிறேன்.

நூலின் முதல் கட்டுரையில் துவங்கி இறுதிக்குப் பயணப்படும் வரையில் ஷைலஜாவின் அழகிய மொழியின் musicality யில் என் செவிகளில் சதா ஒலித்துக்கொண்டிருந்தது சொல்லொணாத் துயரத்தின்

கிணுகிணுப்போசையொன்று. அப்பா, மகன், சகோதரனென்று வாழ்க்கையின் அதி முக்கியமான ஆண்களைத் தொலைத்துவிட்டுப் பரிதவிக்கும் பெண்ணொருத்தியின் ஏங்கொலி அது.

'மழைத்துளி நிரம்பிய

குளிர்ந்த காற்றில்

ரத்தம் உறிஞ்சும் ஈக்களின்

கடி தாங்காது

தொழுவத்து எருமை

தலை குலுக்கும்போது

எழும் கழுத்துமணியோசையை

என்னைப் போல

அணையுடைத்த கண்ணீரால்

சிவந்த விழிகளுடன்

தாளமுடியாத துயருடன்

புரண்டு புரண்டு படுத்தபடி

இரவெல்லாம்

கேட்டுக் கொண்டிருக்கும்

வேறு யார் உள்ளனர்

இந்த ஊரில்?'

என்று, ஜெயமோகனின் சங்கச்சித்திரங்களில் அவர் எளிமையாக்கிக் கொடுத்திருக்கும் இந்த குறுந்தொகைப்பாடலில் குறுப்பிடப்பட்டிருக்கும் எறுமையின் கழுத்து மணியோசை தான் அது

என்று உறக்கமற்றுத்தவித்த நேற்றைய கருக்கலின் பிசுபிசுப்பில் உணர்ந்துகொண்டேன். வாழ்வின் வலியை, இயல்பாக, தற்செயலாக அமைந்துவிட்ட காட்சிப்படிமங்களோடும் இசைப்பண்போடும் ஷைலஜா சொல்லும் போது அது அவருக்கும் வாசகனுக்கும் இடையில் உருவாக்கிவிடும் ஒரு இலக்கிய உறவையே இந்த நூலின் வெற்றியாகச் சொல்ல வேண்டும்.

அப்பா, அம்மா, மகன், ஆசிரியப்பணி, நண்பர்கள், பயணம் என்று தன் வாழ்வின் மிக முக்கியமான அத்தியாயங்களைத் தானும் புரட்டிப்பார்த்து நம்மையும் அவற்றை வாசிக்க அனுமதித்திருக்கிறார் ஷைலஜா. 'உருவமற்ற என் முதல் ஆண்' என்று தான் பார்த்தறியாத தன் தந்தையின் பெயரை இந்தத் தொகுப்புக்குத் தந்துவிட்டு, தன்னுடைய தாயினதும் தன்னுடையதுமான உணர்வுகள் ததும்பும் உரையாடலின் வடிவில் இதை அவர் எழுதியிருப்பதைப் படிக்கும் போது இந்த இரண்டு பெண்களின் ஆன்மாவின் பெருவலி, உண்ணாமல் வீணான உணவில் படியும் பூஞ்சையைப் போல நம் இதயங்களின் மீது படிய ஆரம்பிக்கிறது.

சொல்லில் விவரிக்க முடியாத சோகமும் வாழ்வின் குரூரங்களும் இந்தத் தொகுப்பெங்கும் விரவி இருந்தாலும் வாழ்வின் மீதும் மனிதர்கள் மீதும் நம்பிக்கை இழந்துவிடவேண்டியதில்லை, இந்த வாழ்க்கை வாழத்தக்கது தான் என்றும் அத்தனை அவலங்களையும் தாண்டி வாழ்வதற்குத்தேவையான, இனிமையும் மனிதநேயமும் நிரம்பியது தான் என்ற நம்பிக்கையை விதைக்கும் ஏராளமான பெருந்தருணங்களையும் கொண்டிருக்கும் தொகுப்பாக அமைந்திருந்திருக்கிறது இது.

மலையாளம் கற்றுக்கொள்ள வேண்டுமென்ற ஆர்வத்தை, தன்னுடைய மொழியாக்கப் பணிக்கு அடித்தளமிட்ட பாலச்சந்திரன்

சுள்ளிக்காட்டின் புத்தகத்தைப்பற்றிச் சொல்லும் ஒரு கட்டத்தில், அவருடைய சிதம்பர நினைவுகளை வாசித்த சென்னையைச் சேர்ந்த மருத்துவர் ஒருவர், பாலச்சந்திரன் சுள்ளிக்காடு தன் நூலில் குறிப்பிட்டிருந்த கவிஞர் வத்சனின் வறுமைக்கு இரங்கி, அவருக்கான அடிப்படை வசதிகளை உண்டாக்கித்தந்த இடம் மிகுந்த உணர்வெழுச்சியை உண்டாக்கியது. இன்னொரு நேர்காணலில், பெண்களின் படைப்புகளை வாசிக்கிறீர்களா என்று கேட்கப்படும் போது அதற்கான பதிலில், வெள்ள பாதிப்பின் போது தாங்கள் வீடு கட்டிக்கொடுத்த கற்பகவல்லியின் கதையை ஷைலஜா சொல்லும் இடத்தில், அண்ணா நூற்றாண்டு நூலகத்தில் ஆற்றிய உரையின் போது பெரிய வீடுகளின் மீது ஆசை கொண்ட ஒரு நடுத்தர வர்க்கத்துப் பெண்ணின் கதையில் என்று இந்த தொகுப்பை வாசித்த போது பல இடங்களில் அதற்கு மேலே படிக்க இயலாத அளவுக்கு மனம் பரவசம், ஆச்சரியம், கனம் என்று பல்வேறு உணர்வழுத்தங்களுக்கு ஆட்பட்டது.

இந்தத் தொகுப்பை ஒரு நாவலாகவும் அதன் பல்வேறு கட்டுரைகளை, நேர்காணல்களை, உரைகளை அதன் அத்தியாயங்களாகவும் உருவகப்படுத்திக்கொண்டு விட்டதால், பறிகொடுத்துவிட்ட வாய்ப்புகளின், தளர்ந்திருந்த நம்பிக்கையின் சுமையால் சிறகுகள் கனத்துப்போயிருந்த ஷைலஜா, புத்தகக் கண்காட்சியில் கலந்து கொள்வதற்காக ஷார்ஜாவுக்குப் பறக்கும் கட்டுரையை அதன் க்ளைமாக்ஸாகப் பார்த்துப் பெருமகிழ்ச்சி அடைந்தேன்.

ஷைலஜாவின் தனித்துவம், அவருடைய வாழ்வும் அனுபவமும் வாசிப்பும் அவதானிப்புகளும் ஏறியிருக்கும் அவருடைய நுட்பமான மொழியே. மொழிபெயர்ப்புத்துறையில் அவருடைய திறனைப் பற்றி நான் சொல்லித்தான் தெரிய வேண்டுமென்பது இல்லையென்றாலும்,

சுமித்ராவில் அவருடைய திறன் முழுக்க முழுக்க நிரூபணமாகியிருந்தது என்பதையும் கதையின் சவாலான சில இடங்களை அவர் கையாண்டிருந்த விதத்தில் மூல மொழியைத் தாண்டியும் ஒரு மொழிபெயர்ப்பு மிளிரக்கூடுமோ என்ற மயக்கத்தையும் ஏற்படுத்தியிருந்தது. ஆனால் இந்தத் தொகுப்பின் கட்டுரைகளை வாசித்த பிறகு அவற்றில் இருக்கும் புனைவம்சத்தைப் பார்த்த பிறகு இவர் ஏன் அவற்றையெல்லாம் விரித்து சிறுகதைகளாக்கியிருக்கக் கூடாதென்று தோன்றுகிறது. தன்னுடைய மொழியெனும் கண்ணாடியில் பிரதிபலிக்கும் உள்ளக் கிடக்கைகளை புனைவுகளாலான ஒரு தொகுப்பாக்கி ஷைலஜா மீண்டும் களமிறங்குவார் என்ற நம்பிக்கை உண்டாகிறது. வாழ்த்துக்கள் ஷைலஜா.

ஷஹிதா
4/1/2020

வலியும் ரணமும் மீறின
நம்பிக்கை மழைத்துளிகள்...

எப்போதும் பொது வேலைகளுக்காகப், லௌகீகப் பணிகளுக்காக சுயத்தை பலியிடும், படைப்பை பலியிடும் நொடிகள் படைப்பாளிக்கு துயரம்தான். என் வாழ்வின் பெரும்பகுதியை அப்படி விரயமாக்கியிருக்கிறேனோ என்று யோசிக்கும்போதே அதோடு என் புத்தகங்களை நினைத்து அந்த மன உளைச்சலிலிருந்து வெளிவந்து விடுவேன்.

சென்னை புத்தகக் கண்காட்சி எப்போதும் எனக்கு பிரத்யேகமானதுதான். அதற்கு வரும் பல்லாயிரகணக்கான வாசகர்களின் நிபந்தனையற்ற அன்பும் ஸ்பரிசமும் பரவசமும் வேண்டி பதின்பருவ காதலி போல வந்து கொண்டிருக்கிறேன். என் நண்பர்களும் வாசகர்களும் நான் வைத்திருக்கும் கண்ணாடிக் கோப்பையை நிறைத்து அனுப்புகிறார்கள்.

மலையாளத்தின் பிரசித்தி பெற்ற எழுத்துகாரனான எம்.முகுந்தனின் கதைகளை தொகுக்க வேண்டி உட்கார்ந்த நேரத்தில் அவரின் படைப்பு நாகபாம்பு போல சுழன்றடித்து வித்தை காட்டியது. ஒரு பக்கம் சாதுவாய், ஒரு பக்கம் ப்ரியம் கொள்ள வைப்பதாய், ஒரு பக்கம்

சீறலாய், ஒரு பக்கம் ஒன்றுமே இல்லையென தன்னை திறந்து காண்பிப்பதாய்... இன்னுமின்னும் அவதானிக்க காலமும் பொறுமையும் கோரி நின்ற படைப்பு அது. அதை அப்படியே வைத்துவிட்டு காத்திருந்த நேரத்தில் ''சூசண்ணாவின் புத்தக வீடு'' என்ற புதிய படைப்பு என்னை வந்து சேர்ந்தது. ஆனால் சூசண்ணா தன்னை உள்ளிருத்தி கொஞ்ச காலம் வாழச் சொன்னாள். மன இடுக்குகளில் நான் தங்கிக் கொள்கிறேனே என்று செல்லம் கொஞ்சினாள். அவளை அப்படியே என் உள்ளங்கை சூடு கூட படாமல் காத்து வருகிறேன்.

மொழிபெயர்ப்பு இல்லாமல் கட்டுரைகள் ஏதாவது இருக்கிறதா என்று தேடிப் பார்த்தபோது ஏழு கட்டுரைகளும் இரண்டு நேர்காணல்களும் இருந்தன. உற்சாகமாகி விட்ட மனசை நண்பன் கோணங்கி மேலும் உற்சாகமாக்கினான்.

அப்போது நாங்கள் எங்கள் நிலத்து வீட்டில் ஒரு நூலகம் திறந்தோம். அதை கோணங்கி திறந்து வைக்க ''அயல் பெண்ணெழுத்து'' என்ற தலைப்பில் நான் பேசினேன். கூட்டம் உறை மௌனத்தை அடைந்த பொழுது அது. அந்த மௌனத்திலிருந்து ஒரு சிறு கல்லைப் புரட்டிப் போட்டபடி என்னிடம் வந்த கோணங்கி, இதை அப்படியே எழுதிக் கொடும்மா, கல்குதிரைக்கு வைத்துக் கொள்கிறேன் என்றான். அதை அப்படியே எழுதி இணைத்திருக்கிறேன். அதே போல என்னை பல்லாயிரக்கணக்கான வாசகர்களின் பார்வையாளர்களின் பக்கம் சேர்த்த அண்ணா நினைவு நூலகத்தில் பொன் மாலைப் பொழுதில் பேசியதையும் கட்டுரை வடிவில் மாற்றினேன். இதை சாத்தியமாக்கிய என் பிள்ளைகள் கணேஷ் சுப்புராஜ் மற்றும் கவிஞன் முத்துராசவேலுக்கு பேரன்பும் நன்றியும்.

புத்தகம் முடிந்துவிட்டது. மனசுக்குள்ளேயே சுற்றிப் பிணைந்து என்னோடு பாண்டி விளையாடிக் கொண்டிருக்கும் தோழி

ஷஹிதாவிடம் முன்னுரை கேட்கவேண்டும். என்ன செய்யலாம். தொலைபேசியில் கூப்பிட்டேன்.

''ஆயிரம் சூரியப் பேரொளி' புத்தகத்தை அச்சுக்கு அனுப்பிட்டீங்களா ஷஹிதா?''

''ம், அனுப்பிட்டேம்பா. என்ன சொல்லுங்க''

''நண்பர்களுக்குள்ள அராஜகத்தை எப்படி எடுத்துப்பீங்க?''

''சந்தோஷமா எடுத்துப்பேன்''

''அப்ப என்னோட கட்டுரைத் தொகுப்புக்கு ஒரு முன்னுரை எழுதித் தருவீங்களா?''

''என்னப்பா இது , எனக்கு இது எவ்ளோ பெரிய கௌரவம்'' என்று தன்னைச் சுருக்கி என்னைப் போற்றும் என் ஷஹிதாவுக்கு அன்பின் முத்தங்கள். இரண்டு நாட்களில் எல்லா கட்டுரைகளையும் வாசித்துவிட்டு மிக அற்புதமாக அவர்கள் மனதிலிருக்கும் என்னைத் திறந்தளித்த தோழிக்கு நன்றி.

இந்தக் கட்டுரைகளின் வரி வடிவத்தை அவ்வப்போது மகள் மானசியிடம் வாசித்து காட்டுவேன். என் எல்லாவற்றையும் பொறுத்துக் கொண்ட அவளுக்கு கட்டியணைத்து ஒரு முத்தம். நான் மகளாகவும் அவள் தாயாகவும் வாழ நேர்ந்த தருணங்கள் அவை.

அட்டைப்படத்திற்காய் காத்திருந்த பொழுதுகளை அர்த்தமாக்கி, என் மனதை அப்படியே கேமராவுக்குள்ளிருந்து இறக்கி வடிவமைத்த செல்ல மகனுக்கு உச்சி முத்தம்.

இவர்கள் மட்டும்தானா என் பிள்ளைகள், இல்லையில்லை... பிள்ளை நோவெடுக்காமல் எனக்காக உயிர் துடிக்கும் மோகனா, சுகந்த்ராஜ் இல்லையெனில் இது சாத்தியமில்லை. என் மென் சிறகுக்கு

வலுவேற்றி, தளரும் நேரத்தில் என்னைத் தாங்கும் அவர்களை எப்படி பணியாளர்களாய் நான் சுருக்க முடியும்? அவர்களுக்கு என் பேரன்பு.

எங்கெங்கிருந்தோ வந்து நானாகிய மர நிழலில் தணல் அடைய விரும்புபவர்கள் அனேகம் பேர் இருக்கிறார்கள். அதில் திரைப்பட இயக்கத் துறையைச் சேர்ந்த பாரி வீட்டிலேயே தங்கியிருந்து ஒரு தவம் மாதிரி, வேள்வி மாதிரி புத்தகத்தின் பிழைகளைத் திருத்தி மிகவும் அக்கறையோடு நடந்து கொண்டார். அவருக்கு என் மனமார்ந்த நன்றி.

இந்த புத்தகத்தில் அதிக கட்டுரைகள் விகடனில் வெளிவந்தவை. விகடன் குழுமத்தின் வெயில்முத்து, கரீபியன் ப்ளாக், அதிஷா ஆகிய நண்பர்களுக்கும் நன்றி.

இந்த கட்டுரைகளில் நான் தொலைத்திருக்கிறேன், என்னை மீட்டெடுத்திருக்கிறேன், அவை என்னை சொஸ்தப் படுத்தியிருக்கின்றன. அதை உங்களுக்கு என்னிலிருந்து பகிர்ந்து தருகிறேன்.

என் மனதை, நோவை, மன அழுத்தத்தை, சந்தோஷத்தை, குதூகலத்தை உங்கள் மனதிற்கு மடை மாற்றியிருக்கிறேன். உங்களின் மனநிகழ் காட்சிகளை அப்படியே நகலெடுத்து அனுப்புங்கள், காத்திருக்கிறேன்.

எளிமையான அன்போடு,

ஷைலஜா

கேரளாவைப் பூர்வீகமாகக் கொண்டிருந்தாலும் தமிழ்ச் சூழலிலேயே வாழ்க்கையைத் தகவமைத்துக்கொண்டவர். இலக்கிய வாசிப்பு அடுத்த கட்டத்துக்கு நகர்த்த, மொழிபெயர்ப்புப் படைப்புகளைத் தரத் தொடங்கினார்.

மளையாளக் கவிஞர் பாலச்சந்திரன் சுள்ளிக்காடு எழுதிய சிதம்பர நினைவுகள் கட்டுரைத் தொகுப்பு மொழிபெயர்க்கவே, பேச மட்டும் தெரிந்த தாய்மொழியான மலையாளத்தை வாசிக்கவும் கற்றுக் கொண்டார்.

அதன்பிறகு என்.எஸ்.மாதவன், திரைக்கலைஞர். மம்முட்டி, கெ.ஆர்.மீரா, கல்பட்டா நாராயணன், சிஹாபுதின் பொய்த்தும்கடவு, ஆகியோரது படைப்புகளையும் மொழிபெயர்த்திருக்கிறார்.

கலை இலக்கியப் பேரவை விருது, திருப்பூர் தமிழ்ச் சங்க விருது, கனடா தோட்ட விருது, மொழிப்பெயர்ப்புக்கான கலை இலக்கிய இரவு பெற்றிருக்கிறார்.

வம்சி புக்ஸ் என்ற பதிப்பகம் தொடங்கி நானூறுக்கும் மேற்பட்ட புத்தகங்களைப் பதிப்பித்திருக்கிறார். ஐந்து புத்தகங்களுக்குத் தமிழக அரசின் சிறந்த பதிப்பாளருக்கான விருதினைப் பெற்றிருக்கிறார்.

இவருடைய சிதம்பர நினைவுகள் மற்றும் தென்னிந்தியச் சிறுகதைகள் தமிழகத்தின் சில கல்லூரிகளில் பாடமாக வைக்கப்பட்டிருக்கின்றன.

தற்போது மாற்றியமைக்கப்பட்ட பனிரெண்டாம் வகுப்பு தமிழ் பாட நூலில் சிதம்பர நினைவுகள் புத்தகத்திலிருந்து ஒரு பகுதியை தமிழக அரசு இணைத்துள்ளது.

மொழிபெயர்ப்புகள் :

கட்டுரைகள் :

1. சிதம்பர நினைவுகள் - பாலசந்திரன் சுள்ளிக்காடு
2. மூன்றாம் பிறை - மம்முட்டி (வாழ்வனுபங்கள்)
3. முத்தியம்மா (தமிழிலேயே எழுதப்பட்ட கட்டுரைகள்)

சிறுகதைகள்:

4. சர்மிஷ்டா - என்.எஸ்.மாதவன்
5. சூர்ப்பனகை - கெ.ஆர். மீரா
6. யாருக்கும் வேண்டாத கண் - சிஹாபுதின் பொய்த்தும்கடவு

நாவல் :

7. சுமித்ரா - கல்பட்டா நாராயணன்
8. இறுதியாத்திரை - எம்.டி. வாசுதேவநாயர்
9. ஸ்வரபேதங்கள் - பாக்யலஷ்மி
10. கதை கேட்கும் சுவர்கள் - ஷாபு கிளித்தட்டில்

தொகுப்பு நூல்கள் :

11. பச்சை இருளனின் சகா பொந்தன் மாடன்
    (தமிழ் - மலையாளச் சிறுகதைகளின் தொகுப்பு)

12. தென்னிந்தியச் சிறுகதைகள்
    (தமிழ் - மலையாள - கன்னட - தெலுங்குச் சிறுகதைகளின் தொகுப்பு)

கணவர் : பவா செல்லதுரை
பிள்ளைகள் : மகன் வம்சி, மகள். மானசி
வீடு : 19.டி.எம்.சாரோன், திருவண்ணாமலை
பேச : 9445870995
எழுத : kvshylajatvm@gmail.com

1. சொல்லும் எழுத்துமான என் அம்மா............................ 21

2. எனக்குள் தேங்கியிருக்கும் ஆசிரியம்........................ 30

3. ஆண்பால் பெண்பால் 38

4. பேரன்பின் பெருவலி 52

5. உருவமற்ற என் முதல் ஆண் 59

6. என் தனியான பயணம்... 69

7. நேர்காணல் 1..83

8. மன அழுத்தத்திலிருந்து விடுபடல் 100

9. பொன்மாலை பொழுது... 107

10. நேர்காணல் 2 130

11. அயல் பெண்ணெழுத்து 155

என் வாழ்வியலை உங்களோடு பகிர்கிறேன் என்பதே
எனக்கு ஆசுவாசமாய் இருக்கிறது...

சொல்லும் எழுத்துமான என் அம்மா

சொல்லும் எழுத்துமான என் அம்மா

என் பால்ய நாட்களில் சொல்லிப் புரியவைக்க முடியாத இரவின் அமானுஷ்யத்தில், கனவுகளின் ஒழுங்கின்மையில், அது தரும் பயத்தில் இன்னுமின்னும் ஒட்டிப் படுத்திருந்த அம்மாவின் கதகதப்பான அணைப்பு மெல்ல என்னிலிருந்து விலகி, அவளின் கை தலைமாட்டிலிருக்கும் சின்ன ராந்தலின் திரியைத் தூண்டிவிடும். விரல்கள், தடி தடியாக தனக்குப் பக்கத்தில் போர்வைக்குள் ஒளித்து வைத்திருக்கும் புத்தகத்திலிருந்து ஒரு குழந்தையின் வருடலுக்காக தனித்திருக்கும் தவிப்புடன் ஒன்றை எடுத்து புரட்ட ஆரம்பிக்கும். அதன் பிறகு அம்மா எப்போது தூங்குவாள் என்று ஒருபோதும் நான் அறிந்ததில்லை.

படிக்க நேரமேயில்லை என மிக நாசுக்காக சொல்லி நகரும் பலரையும் அம்மாவோடு என் மூளை வேண்டாமென்றாலும் ஒப்பிட்டு பார்க்கும். பத்து பேர் கொண்ட கூட்டுக் குடும்பத்தின் மொத்த வேலைகளையும் தானே இழுத்து போட்டு செய்து கொஞ்சம் அசந்துபோய் உட்காரவே இரவு பத்து மணி ஆகிவிடும். அண்ணன்

அண்ணியோடு தானும் தன் மூன்று பெண் குழந்தைகளும் சேர்ந்து வசிக்கிறோமே, அவர்களுக்கு சுளபமாய் இருந்துவிடக்கூடாது என்ற மனபாரமும் சேர்ந்து மனசையும் உடலையும் சோர்வடைய வைத்தாலும் வாசிப்பில் தன்னைக் கரைத்துக் கொண்டாள் அம்மா.

என் மூத்த அக்காவைப் பள்ளியில் சேர்த்துவிட்டு அவளும் அம்மாவுமாய் தமிழ் வாசிக்கக் கற்றுக் கொண்டார்கள். வாசிப்பில் வெறிகொண்டு அம்மா படிக்கிறாளா அல்லது தன் மன, உடல் சார்ந்த வலிகளை வேரறுக்கும் பொருட்டு படித்திருக்கிறாளா என்பதை நான் இப்போது யோசித்துப் பார்க்கிறேன். இரண்டாவது பதிலே தெளிந்து வருகிறது.

கேரளாவிலிருந்து தன் எல்லைக்கோட்டை தமிழ்நாட்டின் வடகோடிவரை இழுத்து விட ஆசைப்பட்ட அப்பா திருவண்ணாமலையில் வந்து தொழில் நிமித்தம் தங்கிவிடுகிறார். அதன் பிறகான ஒன்றரை வருட வாழ்வு மட்டுமே, வந்தாரை திருப்பி அனுப்பாத திருவண்ணாமலையில் அவருக்கு வாய்த்தது. தன் மூன்று குஞ்சுகளையும் ஒன்றுமறியாத இருபது வயதான தாய்ப்பறவையிடம் விட்டுவிட்டு உலகின் இன்னல்கள் என அவர் நினைத்தவற்றிலிருந்து தன்னை விடுவித்துக் கொள்கிறார். இந்த வயதில்கூட மனிதகுலம் சொல்லும் சூட்சுமம் தெரியாத அம்மா அன்று ஐந்து மாத குழந்தையான எனக்கு முலைப்பாலூட்டிக் கொண்டே கணவனின் பிணம் கிடத்தப்பட்டிருக்கும் வடக்குப்பக்கமாக தலைமாட்டில் உட்கார்ந்து, நிதர்சனம் கரும் பாறையாய் நெஞ்சில் அழுத்த அழுத்த அழுத அவளின் துக்கம் எந்த பெண்ணுக்கும் வரக்கூடாதது.

அன்றிலிருந்து அம்மாவுடைய பேச்சு, மௌனம், சிரிப்பு, சந்தோஷம், துக்கம், துள்ளல், பெருமிதம் எதற்குமே அர்த்தமில்லாமல் போனது. அவள் அப்படியே ஒடுங்கிப் போனாள். அவளுடைய

உலகம் நாங்களானோம். தன் வட்டத்தை மிகவும் குருக்கிக் கொண்டவள் எண்ணங்களை மட்டும் இந்த உலகின் மூலையில் புத்தகங்களினூடாக முடிச்சிட்டிருந்தாள்.

அம்மா என்ற வார்த்தை தரும் இதம், கதகதப்பு, பாதுகாப்பு, எனக்கானவள் என்ற நினைப்பு என்பதெல்லாம் தாண்டி அம்மாவிடம் எனக்கு ஒரு பரிவும், அய்யோவென்ற பதட்டமும் ஒட்டிக் கொண்ட நாட்கள் அவை. பல நேரங்களில் பல் தெரியாத ஒரு சின்ன சிரிப்பு மட்டுமே அவள் மனதிலிருந்து வரும். ஆனால் அதற்கு என்ன பொருளென்று எனக்கு தெரிந்ததேயில்லை. என்னைவிட இருபதே வயது பெரியவளான அம்மாவின் எந்த சலனத்திற்கும் எனக்கு பதில் உணர முடிந்ததில்லை. ஒரு மனித மனதைப் புரிந்து கொள்ள ஒரு ஆயுசு காலம் போதுமா என்ன? அதுவும் தனக்குள்ளாக அழுத்தி அடைக்கப்பட்டு அரக்கு சீல் வைக்கப்பட்ட உணர்வுகளை எப்படி வெளிக்கொணர?

வாசிப்பில் தன் ஆயுசு காலத்தைக் கரைக்க முயலுபவளைப் போல புத்தகங்கள் அவள் கையில் மாறிக்கொண்டேயிருந்தன. ராணி, ராணிமுத்து, மாலைமதி போன்ற புத்தகங்களிலேயே அப்போதெல்லாம் ஜெயகாந்தன் நாவல்கள் உட்பட எல்லா நல்ல கதைகளும் வரும். அம்மா படித்து படித்துப் போட என் மூத்த சகோதரி ஜெயஸ்ரீ அதை எடுத்து வாசிக்கத் தொடங்குவாள். மூன்றாவதாய் எனக்கு வரும். எனக்கும் ஜெயஸ்ரீக்கும் ரசனை ஒன்றென்பதால் நாங்களிருவரும் நிறைய ஒன்றாகப் படித்தோம். அம்மா நிறைய வரலாற்று புதினங்கள் படிப்பாள். அப்படி கொஞ்சம் பொன்னியின் செல்வன், பார்த்திபன் கனவு, சிவகாமியின் சபதம், கடல் புறா என்றெல்லாம் படித்தோம். நாங்களும் வளர்ந்து மெல்ல எங்களின் ருசி குறிஞ்சி மலர்கள் , பாலகுமாரன் என மாறி கல்லூரி காலங்களில்

சிவசங்கரி, இந்துமதி, சுஜாதா என வழக்கமான சுற்றுடன் வந்து மிக அற்புதமாக திசை திரும்பி அம்பை, சுந்தர ராமசாமி, ராமகிருஷ்ணன், ஜெயமோகன் என மாறியபோது அம்மாவின் கைகளிலும் அவர்கள் வசிக்க ஆரம்பித்தார்கள். இப்போதெல்லாம் வீட்டில் எந்த புத்தகம் வந்தாலும் அம்மாதான் முதலில் படிக்கிறாள். என் மொழிபெயர்ப்பு புத்தகங்களை முதலில் மலையாளத்திலும் பிறகு தமிழிலும் படிக்கிறாள். திஸ்தா நதிக் கரையின் கதை, பைரப்பாவின் கன்னட நாவலின் தமிழ் மொழிபெயர்ப்பான பருவம், ஜெயமோகனின் விஸ்ணுபுரம், எம்.டி.வாசுதேவன் நாயரின் மொத்த சிறுகதைகள் என பெரிய பெரிய புத்தகங்களைக் கையில் எடுத்து வைத்துக் கொண்டு , 'இந்த வாரம் இத முடிக்கணும், இன்னும் கொஞ்சம்தான் இருக்கு, நல்லா ரொம்ப நாள் வச்சு படிக்கிற மாதிரி புக் எடுத்து தா மோளே' என்று அம்மா கேட்கும்போது வேலை பளுவில் அழுந்தி கசியும் என் மனம் உதிரம் கொட்டுகிறது.

கல்லூரி நாட்களிலிருந்தே எல்லாவற்றையும் பகிர்ந்து கொண்ட அம்மாவிடம் ஜாதி, மதம் ,மொழி கடந்து என் காதல் முளைவிட்டுப் படரத் தொடங்கியதை எப்படி சொல்வதென்று தவித்த நாட்கள் அவை. விதவைத்தாய் வளர்த்த பிள்ளைகளென்று யாரும் நம் வாழ்வை கேலி செய்துவிடக்கூடாதென்று ஐப்பசி மாதத்தின் அடை மழையின் சத்தத்தையும் தாண்டி ஒவ்வொரு இரவிலும் அவளின் அறிவுரைகளால் விம்மிப்புடைத்துப் போன காதுகளை உள்ளடக்கின மனசு பல விதமாய் யோசித்தது. அப்போதுதான் நானும் பவாவும் வீட்டிற்கு தெரியாமல் திருமணம் செய்து கொள்ளக்கூடாதென்று தீர்மானித்தோம். அவர்களின் சம்மதம் கிடைக்கும்வரை காத்திருப்பதென்று முடிவெடுத்தோம்.

நான் கூட்டிக் கொண்டுபோய் நிறுத்தும் எந்த ஆணையும் என் வாதத்தால் அம்மா ஒத்துக் கொள்வாள் என்றெனக்குத் தெரியும். என்

சந்தோஷத்திற்கு அவள் மறுப்பு சொல்ல மாட்டாளென்றும் தெரியும். பவா... அவள் மறுக்க முடியாத மனிதனாய், என் வாதத்திற்கு சொற்களை நிறைய தருபவனாய் நான் கண்டடைந்தது என் பாக்கியம்தான்.

இப்போதும் அது அப்படியே தொடர்கிறது. அம்மாவுக்கு பவா, கொஞ்ச நாள் பார்க்காமல் இருந்தாலும் ஏங்கிப் போகும் மகனாய், பிரியமான மருமகனாய், அதீத உரிமையில் சண்டை போட்டு கொள்பவனாய், சிறிது நேரத்திலேயே கோபம் கரைந்து போய் நியாயம் பேசிக் கொள்பவனாய் இருக்கிறார். அது போதுமெனக்கு.

சமையலில் பெரிய ஆர்வம் உள்ள அம்மாவிற்கு அதன் மீதான பெருமிதம் இன்னும் அதிகம். கேரள பாரம்பரிய உணவு தயாரிக்க நேரும் தருணங்களை ஒரு இளம் குழந்தை மாதிரி எதிர்கொள்வாள். தன்னாலேயே கைகளுக்கிடையில் இரண்டு சிறகு முளைக்கும். தன் வானின் எல்லையை அதுவே தீர்மானிக்கும். அப்படி அவள் தயாரிக்கும் எத்தனையோ உணவு வகைகளில் 'அவல் பாயசம்' பல நண்பர்களின் நாக்கில் தங்கி அம்மாவின் பின்னால் 'அம்மம்மா, அம்மம்மா' என அலையவிட்டிருக்கிறது. அவள் எல்லோருக்கும் அம்மம்மாதான். அப்படித்தான் தாய் மரமாய், அம்மச்சி ஆல மரமாய் எல்லோரையும் தனக்குள்ளிருத்தித் தாங்குகிறாள்.

எப்போதும் அதிக நண்பர்கள் வரும் வழக்கமானது எங்கள் வீடு. என் அம்மாவும் அப்பாவும் சேர்ந்து வாழ்ந்த நாட்களில் அந்த வீடும் அப்படியானதே. ஒரு நாளைக்கு குறைந்தது இருபது பேராவது சாப்பிடும் வீடு. அதனால் திருமணத்திற்கு பிறகு இந்த வீட்டிற்கு வரும் நண்பர்களின் எண்ணிக்கை ஆச்சரியப்படுத்தவோ மலைக்க வைக்கவோ இல்லை. அப்படி வரும் எல்லா நண்பர்களிடமும் அம்மாவிற்கு ஒரு தனிப்பட்ட ப்ரியம் இருந்தது. அவர்களிடம் கேட்க இலக்கியம் கடந்த கேள்வி இருந்தது. சொல்லிக் கொடுக்க ஒரு கை

வைத்தியம் இருந்தது. அது சரியானதா என்று கேட்கும் அக்கறை இருந்தது. அவர்கள் சொல்லும் பதிலில் அடையும் நிம்மதி இருந்தது.

வரும் நண்பர்களில் எனக்கு கூட சில குறைபாடுகளும் கருத்து வேறுபாடுகளும் என் குடும்பம் சார்ந்த சில பொசசிவ்நெஸ்னால் ஏற்பட்ட வேதனைகளும் சில அத்து மீறல்களினால் ஏற்பட்ட காயங்களும் அது தரும் நிரந்தர வலிகளும் எனக்கு வடுவாய் தொடமாலேயே ரத்தம் சொட்டும் பச்சை ரணமாய் மாறி தங்கியதுண்டு. ஆனால் அம்மாவிற்கு அப்படி எதுவுமே இல்லை. மழை பெய்து முடித்த தெளிந்த ஆகாயம் அவள். காற்றடித்து முடித்த பெருவெளி அவள். வெயிலடித்து முடித்த மாலை அவள். உதட்டோர சிரிப்பு மட்டுமே அவளின் அழகு.

ஆண் பிள்ளைகள் இல்லாத அவளை என் இரண்டாவது மகன் வம்சியின் பிறப்பிற்கும் மூத்த மகன் சிபியின் இழப்பிற்கும் இடையில் நான் துவண்டு சரிந்திருந்த வேளையில், என் மாமனார், எங்களிடம் கூட்டி வந்து, அம்மா இங்கயே இருக்கட்டும், வேற எந்த மகள்கள்ட்டயும் போக வேண்டாம், நாமதான் அவங்களை நல்லா பாத்துக்கணும் பவாய்யா, இந்த நேரத்தில ஷைலஜாவுக்கு அவங்களவிட நாம யாரும் ஆறுதலா இருக்க முடியாதுடா என்ற மேன்மையை என் குடும்பம் அப்படியே ஏற்றுக் கொண்டது. இந்த இருபத்திஇரண்டு வருடங்களாய் என்னுடன் தங்கியிருக்கும் அம்மா என்னை செட்டைக்குள் பொத்தி வைத்து இன்னும் பாதுகாக்கிறாள்.

அம்மாக்களும் பாட்டிகளும் குழந்தைகளை பார்த்துக் கொள்வது மட்டுமே தன் வாழ்நாளின் இனி மீந்திருக்கும் வேலை என்று கனடாவிற்கும் கலிஃபோர்னியாவிற்கும் பறந்து கொண்டிருக்கும் இந்த நாட்களில் அம்மா தன் மடியில் படுக்க வைத்து, பக்கத்தில் சேர்த்தணைத்து, குயில் குரலில் பாடி தூங்க வைக்கும் அழகிற்கே குழந்தையாகிவிடலாம்தான். அவளுக்கு அப்படி ஒரு குரல். அந்த

குரலில் ஈர்க்கப்பட்டு சொக்கிப்போய் நாங்கள் நிற்கும் வேளையில் ஒரு சின்ன வெட்கத்துடன், தான், அய்யப்பசாமி பாட்டு பாடறதக் கேட்டு அப்பா இவளத்தான் கட்டிப்பேன்னு ஒத்தக்கால்ல நின்னு கல்யாணம் பண்ணி கூட்டிட்டு வந்திட்டார்ன்னு சொல்லும் வரிகளில் தன் இழந்து போன காதலை இந்த வெளியெங்கும் படரவிடுவாள். நல்ல பாடகிதான், வாய்ப்புகளும் திறமையை புரிந்துணர, அதை மேல்நோக்கி கொண்டு செல்லும் நபர்களும் அமையாததால் அவளின் பாடல்கள் மகள்களின், பேரக்குழந்தைகளின் காதுகளிலும் இதய தமனிகளிலும் மட்டுமே சுழன்று கொண்டிருக்கிறது. எப்போதாவது ஆர்வமிருக்கும் நண்பர்களுக்கும் அது வாய்க்கும்.

வயதானதற்கேயுரிய சில உடல் உபாதைகள் இருந்தாலும் இப்போதும் சின்ன குழந்தை மாதிரி சின்ன சின்ன விஷயங்களுக்கு ஆசைப்படுவதும், கால்ல பாரும்மா கொஞ்சம் கருப்பா தெரியுது ஆலிவ் ஆயில் போட்டா சரியாயிடுமா என்றும், தினமும் இதை சாப்பிட்டால் சுகர் குறையும், கொஞ்சம் சாப்பிடலாம் என்று சாப்பிட்டும் அதை மற்றவர்களுக்கு செய்து கொடுக்கவும் உற்சாகமுள்ளவளாயும் இருக்கிறாள். மருத்துவ பரிசோதனைகளில் சின்சியர், நாட்டு மருந்துகளைத் தொடர்ந்து பயன்படுத்துதல் என அவள் உலகம் தனியாகவும் எல்லோருடனும் இயங்கிக் கொண்டுதான் இருக்கிறது. பல வீடுகளின் வயதானவர்களை ஒப்பிட்டுப் பார்க்காமலேயே தெரியும் அம்மா எவ்வளவு மகத்தானவளென்று.

விடுதியில் தங்கி சென்னையில் படிக்கும் மகன் வம்சிக்கு அலைபேசியில் தொடர்புகொண்டு, ‘எப்ப வருவப்பா வீட்டுக்கு’ என்று கேட்டு, ‘நீ வரும்போது சினிமாக்கு பேலாமா?’ என்று கேட்பாள். அந்த வளர்ந்த குழந்தையின் ஆசையை பேரனும் அப்படியே நிறைவேற்றி, இடைவேளைகளில் குளிர்சாதன வசதி செய்திருக்கும் சினிமா கொட்டகையின் குளிருக்கு சூடாய் காஃபியும் பல்லுக்கு

இதமாய் சாப்பிட ஏதாவது தின்பண்டங்களும் வாங்கி கொடுப்பான். அப்போது அந்த முகத்தைப் பார்த்தால் ஒரு ஏழு அல்லது எட்டு வயதே அதில் தெளிந்து வரும்.

வாழ்வின் முற்பகுதியில் மிகவும் துயருற்ற, அவலமான, வறுமையிலான, நிர்கதியான வாழ்வமைந்த அம்மா இப்போது நிம்மதியாய், ரசனையாய், எந்த தொல்லைகளும் இல்லாமல் வாழ்வை நகர்த்துகிறாள். இழந்துபோன வாழ்வை மீட்டுத்தர முடியவில்லையானாலும் நிம்மதியானதொரு வயோதிகத்தை அவளுக்கு கையளிக்க முடிவதே என் வாழ்நாளில் நான் காண ஆசைப்பட்டது.

என் மொழிபெயர்ப்பு பணியில் நான் தீவிரமாய்செயல்பட்டுக் கொண்டிருக்கும் வேளைகளில் அம்மா எனக்கு செய்யும் உதவிகள் யாருக்குமே கிடைக்காதது. பக்கத்திலேயே உட்கார்ந்து அவதானிப்பாள். அகராதி பார்த்து தருவாள். எனக்கு எப்போதுமே மதியம் இரண்டு மணியிலிருந்து ஐந்து மணிவரை மட்டுமே எழுத நேரம் கிடைக்கும். ஆண் படைப்பாளர்கள் சொல்வது போல காலையில், இளங்காலையில், மாலையில், படைப்பூக்கமிக்க நேரங்களில் என்று என் எழுத்து காத்திருக்க முடியாதது. சில நேரங்களில் நான் மிகச் சோர்வுற்ற நேரங்களில் புத்தகத்தை மூடி வைத்துவிட்டு எழுந்து ஓடி முதுகு தண்டு தரையில் சில்லிட ஓய்வு கோரும் நேரங்களை அம்மா எளிதில் கடக்க முயற்சிப்பாள். எனக்கே தெரியாமல் புத்தகத்தை என்னிடமிருந்து வாங்கி நான் சத்தமாக வாசிக்கிறேன். நீ எழுது என்பாள். பத்து நிமிடத்தில் உற்சாகமானவுடன் என் கையில் புத்தகத்தைக் கொடுத்துவிட்டு எழுந்துபோய் ஒரு ப்ளாக் டீ யுடன் வருவாள். இதெல்லாம் யாருக்கு வாய்க்கும்.

என் எல்லா படைப்புகளின் ஊற்றுகண்ணும் அவள்தான். எழுத்தாளர்களை விட அதை வேறு தளங்களுக்கு மாற்ற முயலும் வாசகர்கள் முக்கியமானவர்கள் என்பதே எப்போதுமான என் நம்பிக்கை. வாசகர்களே பிரதானமெனில் வாசிப்பை என் ரத்த நாளங்களில் ஊற்றி வளர்த்த அம்மா எனக்கு எல்லாமுமானவள்.

இந்த பிரபஞ்ச வெளிகளில் என்னை எழுத்தின் வழி உலவவிட்ட அம்மா, இந்த உலகில் எழுத்தும் சொல்லும் இருக்கும்வரை நீயும் அதன் வெளிகளில், பால் வீதிகளில், அண்ட சராசரத்தில் பெரு வாழ்வு வாழ்வாய்.

எனக்குள் தேங்கியிருக்கும் ஆசிரியம்

ஒரு வழக்கமான காலையில் தோசை சாப்பிட்டபடியே என் செல்ஃபோனின் அழைப்பை ஏற்றேன். மறு முனையிலிருந்து ஒரு பெண் குரல்.

"மேடம் நான் ஸ்டேட் பாங்கிலிருந்து பேசறேன்."

"சொல்லுங்க மேடம்"

"நீங்க எங்க பேங்கில லோன் வாங்கியிருக்கீங்க இல்லையா, அது சரியா கட்டாததினால கூப்பிடறேன்.."

"ஒரு நிமிஷம் மேடம், நான் ஒரு ட்யூ கூட மிஸ் பண்ணாமத்தான் கட்டிட்டு வரேன். கடந்த ரெண்டுமாசமா பிரின்ஸிபல் அமௌண்ட் கட்டிட்டேன். இன்னும்..."

என் பேச்சு பாதியில் இடை நிறுத்தப்படுகிறது

"மேடம் நீங்க ஷைலஜா மேடம்தானே?"

"ஆமா.."

"அதே குரல் மேடம், எங்களுக்கு அக்கௌண்ஸ் எடுப்பீங்களே அப்படியே இருந்திச்சு மேடம், நான் ரேணுகா, மேடம்..."

இருபத்திரெண்டு வருடத்திற்கு முன்பு என்னிடம் படித்த மாணவி. ரேணுகா... இத்தனை வருடங்களைத் தாண்டி என் குரல் இன்னொரு இதயத்தில் பாதுகாக்கப்படுகிறதா? தாங்க முடியவில்லை. பயந்து பயந்து கல்லூரிக்கு வந்து முதல் செமஸ்டரில் ஒரு தியரி பேப்பரில் 17 மதிப்பெண் பெற்று தோல்வி அடைந்து அடுத்த செமஸ்டரில் 74 மதிப்பெண் எடுத்து தேர்ச்சி பெற்ற மாணவி. அதன் பிறகு எம்.காம்., பி.எட்., எம்.ஃபில்., எம்.ஏ. சைக்காலஜி என படித்திருக்கிறாள். இதற்கெல்லாம் காரணம், நடுங்கும் கைகளை சேர்த்துப்பிடித்து 'இதெல்லாம் ஒண்ணுமே இல்ல ரேணுகா தைரியமா இரும்மா, மனசில தைரியம் வந்திச்சின்னா எதையும் சாதிக்கலாம்' என்று நான் சொன்ன சொற்கள் என்கிறாள். சிலிர்த்துப் போனேன். கடவுள் நம்பிக்கை உள்ள பெண் என்பதால் அவள் மனதில் இரண்டாமிடம் எனக்கு.

பதினைந்து வருடங்கள் மட்டுமே பிடித்த வேலையை ஆத்மார்த்தமாக செய்ய முடிந்த எனக்கு இப்படி எத்தனையோ மாணவிகள். வேலையைவிட்டு வந்த இந்த பத்து வருடங்களிலும் என்னை மறக்காமல் ஆசிரியர் தினத்தன்று உலகின் பல மூலைகளிலிருந்து கூப்பிட்டு வாழ்த்து சொல்லும் குரல்களை இன்னும் எனக்கான குரல்களாய் அடைகாத்து வைத்திருக்கிறேன்.

'உங்களால்தான் இப்படி நன்றாக இருக்கிறேன்',

'சுவிட்சர்லாந்தில் செட்டிலானாலும் என்னுடைய வேர்களை நான் தொலைத்துவிடாமலிருக்க நீங்கதான் மேடம் காரணம்',

'சயின்ஸ் குரூப் எடுத்திட்டு அப்பா ஆசைக்காக பி.காம்., படிக்க வந்த என்னை ஆறுதல் பண்ணி படிப்பில் ஒரு ஆர்வம் வரவெச்சதனாலதான் நான் இன்னக்கி சி.ஏ. ஃபைனல் முடிச்சிருக்கேன் மேடம், இதெல்லாம் உங்களுக்கானது',

‘ஒரு குழந்தை பொறந்தபிறகு ஹஸ்பெண்ட் எங்க போனார்ன்னே தெரியல, ஆனா நம்பிக்கையா இருக்கேன், எப்படியும் வந்திருவார்ன்னு, அந்த தன்னம்பிக்கையை தானே மேடம் நீங்க எங்களுக்குக் குடுத்திருக்கீங்க’,

‘யானையோட பலம் அதுக்கு தெரியாது, தெரிஞ்சா கோவில்ல போய் நின்னு, வீதிவீதியா அலைந்து பிச்சை எடுக்காது, தன் பலம் உணர்ந்த யானை எடுத்து வீசிட்டு போயிடும் எல்லாத்தையும்...அது போலத்தான் பெண்ணும் என்பீர்களே மேடம், மனசில அதைத்தான் ஸ்லோகமா வச்சு வாழறேன்’

‘தயவுசெய்து இப்பகூட ஒண்ணும் தாமதமில்ல, ஒரு வேலைக்குப் போங்க, அது என்ன மாதிரி எத்தனை பெண்குழந்தைகளை மாற்றும் தெரியுமா மேடம்’,

‘என்னோட பேருக்குப் பின்னால உங்க பேரைத்தான் மேடம் டிகிரியா போட்டுப்பேன், அதுதான் எனக்கு கௌரவம்’,

‘மூணு கிளாஸ்தான் மேம் எனக்கு பெர்சனலா எடுத்தீங்க, ஆனா நான் 95 மார்க்கெடுத்து பாஸாயிட்டேன்’,

‘உங்கள மாதிரியே க்ளாஸ் எடுக்க ஆசைப்பட்டுதான் டீச்சரானேன், க்ளாசில நானும் எம்பிள்ளைகளுக்கு கதை, கவிதை, அரசியல் சொல்லித்தரேன்’,

‘நீங்க சொல்லித்தான் மேடம் அவசரமா ரிஜிஸ்டர் மேரேஜ் பண்ணிக்காம வெயிட் பண்ணேன், இப்ப நாங்க நல்லாயிருக்கோம். அப்பவே கல்யாணம் பண்ணியிருந்தா வாழ்க்கையில ஒண்ணுமே புரிஞ்சிருக்காது, படிப்பும் பாதியில் நின்னு போய் வேலையும் கிடைக்காம சீரழிஞ்சு போயிருப்போம்’,

இப்படியான குரல்களை வேலையைவிட்டு வந்த இந்த பத்து வருடங்களில் கேட்டுக் கொண்டேதானிருக்கிறேன். என் வயதொத்த

எல்லா ஆசிரிய மனதிற்கும் இது போன்ற குரல்கள் இவ்வளவு மட்டுமல்ல, என்னைவிட இன்னும் மேலதிகமாகக் கேட்டுக்கொண்டே தான் இருக்கும்.

ஆனால் இப்படி பந்தங்களால் பின்னி பிணைந்து கிடந்த, வாழ்வின் சாரமான குரல்கள் இடையில் எங்கோ கை நழுவி, பாம்பின் தோலுரித்து நழுவுவது போல போய்விட்டது. அடுத்த தலைமுறை மாணவர்களிடம் இந்த பிடிப்பு இல்லாமல் போனது ஏன்?

ஆசிரியர்களை ஒருமையில் பேசுவதும் தனியாக இருந்தால் மிக மோசமாக பேசுவதும் ஏன்?

எண்பது சதவீத ஆசிரியர்களால் குழந்தைகளை குறைந்தபட்ச கரிசனத்தோடு கூட பார்க்க முடியாமல் போனது ஏன்?

பள்ளிக்கான பேப்பர், கட்டிடம் கட்ட தேவையான கம்பி, மரங்களை மட்டும் உள்ளே வைத்து பூட்டிவிட்டு மாணவர்களை கடும் வெயிலிலும் மழையிலும் அலைய வைக்க துணிந்தது எது?

மாணவர்கள் மீதான அக்கறையின்றி எதையும் வாசிக்காமல், தன் பாடங்களில்கூட அப்டேட் செய்யாமல், அதுவே ஒரு எம்.பில்., பி.எச்.டி.,வேண்டுமென்று முடிவெடுத்துவிட்டால் இருப்பதிலேயே சின்ன புத்தகமா குடுங்க மேடம் என்று என் பதிப்பக அலுவலகத்திற்கு வந்து கேட்பவர்களையும் ஆசிரியர்களென்றே சொல்லலாமா?

என் சகோதரி 'கதை சொல்லிவனிதா' இரண்டாவது படிக்கும் பெண்ணாக வகுப்புகளில் சுற்றித் திரிந்த நாட்கள் அவை. காந்திஜியின் 'புலால் உண்ணாமை' வகுப்பெடுத்த எஸ்தர் டீச்சர் மிக உருக்கமாக விலங்குகளைப் பற்றி பேசி அவை நமக்கு உணவானதல்ல என்று புரியவைத்து எப்படி நாம் அதை கரிசனத்தோடு பார்த்து தவிர்க்க வேண்டுமென்று சொல்லி வகுப்பிலிருந்து சென்ற பிறகு வனிதாவால் அசையவே முடியவில்லை. சாப்பிட்ட கோழிக்குஞ்சுகளையும்,

துள்ளித்திரியும் ஆட்டுக்குட்டிகளையும் நினைத்து நினைத்து அந்த சின்ன மனசு தவிக்க ஆரம்பித்துவிட்டது. வீட்டில், வெளியில், சொந்தபந்தங்கள் மத்தியில், வளர்ந்து கல்லூரியில் என தொடர்ந்து, திருமணமானபின் நன்றாக ரசித்து அசைவம் சாப்பிட்டுக் கொண்டிருந்த கணவனையும் பேசி தீர்த்து சைவ பட்சிணியாக மாற்றினாள். குழந்தைகள் பிறந்தன. அவர்களுக்கும் அதே புலால் உண்ணாமை பாடம்தான்.

திருமணமாகி தங்கிவிட்ட ஊரில் ஒரு முறை காய்கறிக் கடையில் தன்னுடைய எஸ்தர் டீச்சரை சந்தித்த வனிதாவுக்கு சந்தோஷம் தாங்க முடியவில்லை. போய் கட்டிக் கொள்கிறாள். வயதானாலும் தன் நியாபக அடுக்குகளில் மாணவிகளிலிருந்து வனிதாவை எஸ்தர் டீச்சர் மீட்டெடுத்திருக்கிறார். தன் வீட்டிற்கு வருமாறு அழைப்பு விடுத்த டீச்சருக்கு முட்டை கூட கலக்காத கேக், பிஸ்கெட்டுகள், பழங்கள் என வாங்கிக்கொண்டு கணவர், குழந்தைகளோடு போகிறாள்.

எஸ்தர் டீச்சர் வனிதாவுக்கும் குடும்பத்திற்குமென சமைத்து தன் மாணவிக்காக உணவு மேசையில் எடுத்து பரப்பி வைத்திருக்கும் உணவுகளைப் பார்த்த வனிதா மயக்கநிலைக்கே போய்விடுகிறாள்.

மட்டன் பிரியாணி, சிக்கன் வறுவல், மீன் பொறித்தது என...

அதிர்ந்தவள்,

''டீச்சர் என்னது இது?''

''பின்ன என்னம்மா, எவ்வளவு நாள் கழிச்சு உன்னப் பாக்கறேன், ஒரு நல்ல சாப்பாடு தர்றதில்லயா? வா சாப்பிடலாம்...''

''டீச்சர், நான்-வெஜ் செஞ்சிருக்கீங்க!''

''ஆமாம், நம்ம வீட்ல எப்பவுமே நான்-வெஜ்தான், ஏம்மா நீங்க யாராவது சாப்பிட மாட்டீங்களா?''

''டீச்சர், நீங்க புலால் உண்ணாமை பத்தி பாடம் நடத்தி... அதை இத்தனை வருஷமா நான் எல்லார்ட்டயும் பேசி, குடும்பத்தையே மாத்தி...''

பேச்சு நின்றுவிட்டது வனிதாவுக்கு.

தன் வாழ்வின் ஒரு பகுதியையே ஆசிரியரின் வார்த்தைகளுக்கு ஒப்புகொடுத்த அந்த பெண்ணிற்கு அடுத்த நொடியை நகர்த்தத் தெரியவில்லை.

ஆனால் இந்த கண்ணி எங்கே அறுபட்டது? ஒரு நல்ல ஆசிரியர் குழந்தைகளை வழிநடத்தி, கிராமங்களில் எல்லாமுமாகவும் இருந்த அவர் எங்கே வழி தவறிப் போனார்?

ஏதோ படிக்கும் காலத்தில் முடித்த ஒரு எம்.ஃபில்., பி.ஹெச்.டி., ஆய்வை புத்தகமாகப் போட்டுத் தருமாறு பதிப்பக வாசல்களில் அலைந்து திரியும் ஆசிரியர்களும் அது இந்த காலத்தில் எந்த விதத்திலும் யாருக்கும் உதவப் போவதில்லை என்று உணர்ந்தும் 'என்னோட வாழ்நாள்ல ஒரு புக்க பாத்திடணும்ங்க' என்று புலம்புவதையும் இந்த புத்தகம் பாரதி, புதுமைப்பித்தன், ஜெயகாந்தன், பிரபஞ்சன், டால்ஸ்டாய், தாஸ்தவேஸ்கி என்ற பெரும் படைப்பாளிகளின் பக்கத்தில் வைக்கப்படுமே என்ற எந்த கூச்சமும் இல்லாமல் கேட்பதையும் இவர்கள் எப்போது உணரப் போகிறார்கள்?

ஒரு பக்கம் கல்வி என்பது அறிவை விசாலமாக்குவது, விரிந்து பரவச்செய்வது, காற்றாய் நடந்து பார்ப்பது, அக்னியாய் சுடர்விட்டு எரிவது என்ற எந்த பிரக்ஞையுமற்று மதிப்பெண் மதிப்பெண் மதிப்பெண். அது மட்டுமே போதுமென கறிக்கோழிகளை தயார் செய்வதில் ஆர்வம் அல்ல, வெறியே பிடித்து அலையும் கூட்டம். பெற்றோர்களும் ஆசிரியர்களும் சமபாகமாய் பிரித்து நல்ல குழந்தைகளை சீரழித்து விட்டோம். கல்வி என்பதன் அர்த்தத்தை நாம் இன்னும் சரியாக விளங்கிக் கொள்ளவில்லை.

கல்வி என்பது தேடல் இல்லையா? அகமும் புறமும் ஒளி பெற தேடி அடையும் புள்ளியல்லவா? அதை ஒற்றை நேர்கோடாய் மாற்றி நல்ல படிப்பு, நல்ல வேலை, வெளிநாட்டு வேலை, கல்யாணம், வெளிநாட்டிலேயே குடியுரிமை பெறல், விடுமுறைக்கு ஒரு மாதம் சொந்த ஊருக்கு வந்து நிறைய பயணங்களை பெற்றோர்களோடு போவது, அதிலேயே அகமகிழ்ந்து அவர்கள் நிறைவு பெறுவதாய் காட்டிக்கொள்வது, அடுத்த விடுமுறைக்காக மரணம் வரும் நாள் வரைக் காத்திருப்பது...என்னவொரு வாழ்க்கை இது? வாழ்தல் இதுதானா?

சாதாரணமாகப் படித்து கல்லூரி முடித்து சொந்த ஊரில் வேலை பார்த்து கல்யாணம் செய்து தனக்குப் பிடித்த விஷயங்களில் கவனம் செலுத்தி அதில் சாதித்து நிம்மதியான வாழ்க்கை வாழ்ந்து என இருந்த நிம்மதியை, படிப்பு பெருநகரங்களில், மேல்படிப்பு அயல் நாட்டில், சம்பாதிப்பது தனக்கு மட்டும் என ஒரே மாதிரியான வட்டத்தை எல்லோரும் வரைந்து கொண்டது ஏன்?

பொறியியலும் வானம் பொய்த்தது போல பொய்த்து விட, மருத்துவம் மட்டுமே கை கொடுக்கும் என்றெண்ணி நீந்தத்தெரிந்த மழலைகளை மரம் ஏறச்சொல்லி கட்டாயப்படுத்தி இம்சித்து அது ஏறி சறுக்கி சறுக்கி உடலெல்லாம் சிராத்து வலி பொறுக்க முடியாமல் ஒரேயடியாய் கீழே உதிர்ந்து தன்னை இல்லாமலாக்கும் வேதனை ஒருபுறம்.

எந்த நோயளியின் வலியையும் மருத்துவர் உணராமல் பெண்ணின் மறு ஜென்மம் பிரசவம் என்பதும், அதில் விளையாடக்கூடாது என்ற எந்த பயமுமில்லாமல் மரத்துப்போய் பணம் சம்பாதிப்பது மட்டுமே தங்கள் வேலை, அதற்குக் கிடைத்த டூல் மட்டுமே நோயாளி என்று வாழ எப்போது பழகிக் கொண்டோம்?

அப்படி மரத்துப்போன மனதில் எப்படி மனிதம் துளிர்க்க முடியும்? மனிதம் துளிர்க்காமல் எப்படி நோய்மையின் கொடுந்தீயில் இருப்பவனை கரையேற்ற முடியும்?

இப்படி சுயநலமிகளாக வாழத்தான் இந்த கல்வி சொல்லிக் கொடுத்ததா? பக்கத்திலிருப்பவனின் கண்ணீரை, அவனுடைய கேவலை, வலியை எதையுமே பகிர்ந்து கொள்ளாமல் நான், எனது என இரண்டு சொற்களிலேயே வாழ்க்கையை சுருக்க சொல்லித்தரும் படிப்பிற்கும் கல்வி என்றுதான் பெயரா?

இந்த ஒட்டுமொத்த கேள்விகளுக்கும் ஒற்றை பதில்தான் சொல்லத் தோன்றுகிறது.

ரமணரிடம் ஒரு கேள்வி கேட்கப்பட்டது.

"மற்றவர்களை எப்படி நடத்த வேண்டும்?"

"மற்றவர்கள் என்று யாருமில்லை"

இந்த ஒற்றை வரி பதிலை உலகம் புரிந்து கொண்டால் இனி வரும் இளைய தலைமுறையை நாம் மீட்டெடுக்கலாம்.

ஆண்பால் பெண்பால்

அப்போதெல்லாம் என்னிடம் ஒரு வொயர் பிரேக் சைக்கிள் இருக்கும். வானத்தின் எல்லையே அதன் பிரேக்கில்தான் கட்டடப்பட்டிருந்தது. எம்.காம் முடித்துவிட்டு வந்தவுடனேயே திருவண்ணாமலையில் அப்போதுதான் ஆரம்பிக்கப்பட்ட தேசிய அளவிலான ஒரு பள்ளியில் நல்ல சம்பளத்துடன் கிடைத்த வேலையை, சைக்கிளில் சுற்றி அனுபவித்த நாள்கள் அவை.

பள்ளி முடிந்து வீட்டுக்குத் திரும்பிக்கொண்டிருந்த ஒரு மாலையில், காதல் வயப்பட்டிருந்த பவாவின் பிறந்தநாளுக்கு, சட்டை எடுத்துப் பரிசளிக்க முடிவெடுத்து, துணிக்கடைக்குப் போனேன். பவா எப்போதும் போடும் ரவுண்டு நெக் டிஷர்ட் வாங்குவதில் பிரச்னை இல்லை. ஆனால், பிடித்த நிறத்தில் ஒரு சட்டையைப் பரிசளிக்கவேண்டி, மிக அழகான ஒரு துணியைத் தேர்ந்தெடுத்தேன். எவ்வளவு வேணும்மா?' எனக் கடைக்காரர் அளவு பற்றி கேட்ட கேள்விக்கு என்னிடம் பதில் இல்லை.எவ்வளவு துணி எடுக்கணும்?' நமக்கு நீட்டு கைவெச்சு பிளவுஸ் தைக்கணும்னாலே ஒரு மீட்டர் தேவைப்படுதே... அப்படின்னா ஓர் ஆணுக்கு? லாங் ஹேண்டு, நீளம், அகலம் என யோசித்துவிட்டு மனதுக்குள் ஒரு முடிவுக்கு வந்தேன்.

'ம்... மூன்றரை மீட்டர் குடுங்க.'

'எதுக்கும்மா, சட்டை தைக்கவா?'

குழப்பத்துடன்... 'ம்... பரவாயில்ல. பத்தலைன்னா நான் மறுபடியும் வந்து எடுத்துக்கிறேன்... இதே கலர் அப்ப கிடைக்கும்ல?' - துணிக்கடையின் ஆண்கள் பிரிவில் இருந்த எல்லோரும் சிரித்துவிட்டனர். பழக்கமே இல்லாத ஒரு பெண் முதல்முறையாகத் தன் காதலனுக்குத் துணி எடுக்க வந்திருக்கிறாள் என்று எல்லோருக்குமே தெரிந்துவிட்டது. அய்யர் பொண்ணு மீன் வாங்க வந்தா லவ் மேரேஜுன்னு தெரிஞ்சுக்க'னு தம்பி நா. முத்துக்குமாரும் அப்போது பாடல் எழுதியிருக்கவில்லை. ஆனால், அது எந்தக் காலத்திலும் அப்படித்தான் போலிருக்கிறது.

அப்பாவும் உடன்பிறந்த சகோதரர்களும் இல்லாமல் பெண்களால் சூழப்பட்ட என் வாழ்வில், இப்படியாகத்தான் ஓர் ஆண் பிரவேசிக்கிறார். எனில், அதற்கு முன்னர் எனக்கு ஆண்களே பரிச்சயம் கிடையாதா, நண்பர்களே கிடையாதா, மனிதத்தின் சரிபாதியைத் தெரியாமலே வளர்ந்துவிட்டேனா?

'இளம் விதவைத் தாய் வளர்த்த பிள்ளைகள்...' என யாரும் சொல்லிவிடக் கூடாது என என் மென்சிறகுகள் அவ்வப்போது வெட்டிவிடப்பட்டுக்கொண்டே இருந்தன. எனக்குள் இருந்து வெளிப்படத் துடித்திருந்தவை, உள்ளுக்குள்ளேயே முழுவதுமாக அமிழ்ந்துபோகப் பழகியிருந்தேன்.

ஆனாலும், அந்த வயது வரையிலும் இவற்றை எல்லாம் மீறி எனக்கு இருந்த நண்பன் விஷ்ணு. என் உறவுக்காரப் பையனும்கூட. விஷ்ணு கேரளாவிலும் நான் திருவண்ணாமலையிலும் வளர்ந்தோம். ஆனால் விடுமுறை தினங்கள், எங்களைப் பகிர்ந்துகொள்ள போதுமானதாக இருந்தன. கோலம் போடுவதில் ஆரம்பித்து, பாண்டி

விளையாடி, மலைமேல் ஏறி, காட்டுப்பூக்கள் பறித்து, பனிக்குள் நுழைந்து, தின்பண்டங்களைப் பகிர்ந்து, ஃபெயிலான மார்க்குக்காகப் பயந்து, அதைப் பற்றிப் பேசி, கொஞ்சம் வளர்ந்த பின் கவிதை பகிர்ந்து, கதை சொல்லி, மலையாளப் பாட்டுகள் பாடி, தமிழ்ப் பாடல்களை எனக்காகக் கற்றுக்கொண்டு தப்பும்தவறுமாகப் பாட முயற்சித்து... என என் பால்யங்களில் எந்தச் சிக்கல்களுமின்றி இணைக்கப்பட்டிருந்தது அவன் மனசு.

நண்பர்களோடு விஷ்ணு போன ஒரு கானகப் பயணத்தை, எனக்கு அப்படியே கடத்தவேண்டி 45 பக்கங்களுக்குப் பயணக் குறிப்பாக எழுதி அனுப்பியபோது, நானும் மரச்செறிவிலிருந்து காட்டு யானைகளைப் பார்த்தேன்; பயந்தபடி சருகுகளின் மேல் கால் வைத்தேன்; குளிரில் நடுங்கி, ஊதி ஊதி கஞ்சி குடித்தேன்.

படிப்பு முடிந்து விஷ்ணு திருவண்ணாமலைக்கே வந்தபோது, எங்கள் பச்சை மண் போன்ற நட்பின் குறுக்கே யாருமே தென்படவில்லை.

தமிழ் சினிமாவின் கடைசிக் காட்சிபோல, எங்கள் ப்ரியம் காதலாகிக் கசிந்துருகவில்லை. எப்படியாவது மனதைச் சொல்லிவிட வேண்டும் என்று தவிக்கவில்லை. அது எப்போதும்போல காட்டுக்குழலாக நட்பை மட்டுமே இசைத்துக்கொண்டிருந்தது.

ஆனால், இதை அப்படியே புரிந்துகொள்ளும் சமூகம் இல்லையே. விஷ்ணு வீட்டில் எப்போது அவளைத் திருமணம் செய்து கொள்ளப்போகிறாய்' என்பது எல்லோருடைய வீடுகளையும் போலவே தொடர் கேள்வியானது. அதெல்லாம் எங்களுக்கு ஒரு பொருட்டே இல்லை என்பதுபோல நாங்கள் எங்கள் நட்பில் நிரந்தரப்பட்டிருந்தோம். அதெப்படி, ஓர் ஆணும் பெண்ணும் காதலின்றி இந்த வயது வரையிலும் இருக்க முடியும் என்பது

அவர்களுக்கு ஆச்சர்யமும் விடை தெரியாத கேள்வியுமாகவே இருந்தது. ஆண்பாலும் பெண்பாலும் காமமின்றி இணைந்து எவ்வளவு நாள்களும் இருக்க முடியும் என்பதை, இந்தக் கட்டுரையின் வழியாகவாவது அவர்கள் உணர்ந்தால் அடுத்த தலைமுறை, சொற்களின் காயமின்றி தப்பிக்கும்.

பவாவுடனான என் காதலைக்கூட நான் விஷ்ணுவுக்குத்தான் முதலில் சொல்லியிருந்தேன். இப்போதும் பவாவும் விஷ்ணுவும் நல்ல நண்பர்கள் என்பது பீலிகொண்டு வருடுவதுபோல எத்தனை ஆரோக்கியம்... அதுவும் ஒரு பெண் மனசுக்கு.

நான்கைந்து வருடங்களுக்கு முன்னர், தங்குவதற்கு அமைதியாக ஓர் இடம் வேண்டும் என்று எங்கள் நிலத்துக்கு வந்தவர் சௌக்கத். குரு நித்திய சைதன்ய யதியின் குருகுலத்தில் இருந்தவர். கண்கள் வழி மனநிலையை வாசிக்கத் தெரிந்த நண்பன். சௌக்கத், எங்களோடு இருந்தபோது நாங்கள் படைப்பு மனநிலையோடு இருந்தோம். எப்போதும் மாறி மாறி எழுதி அதை வாசித்து மொழிபெயர்த்து, மகன் வம்சி புகைப்படம் எடுத்து, அதுகுறித்துப் பேசுவது என அது மழைநாள்களை அனுபவிப்பது போன்ற ஒரு மனநிலை. தினம் தினம் சௌக்கத்தைத் தேடிவரும் நண்பர்களும் தேசாந்திரிகளும் அதிகம். அதில் கீதா காயத்ரி, ஜோசப் சேட்டன், நஜீப் குட்டிப்புறம், தஸ்லிமா... இன்னும் இன்னும் சில சூஃபிக்கள் என எங்கள் நிலத்து வீடே புதிய மனிதர்களால் பொலிவுற்றிருந்தது. சௌக்கத்தின் கைபிடித்து, கண்கள் மூடி பத்து நிமிடங்கள் உட்கார்ந்திருந்தாலே போதும்... வாழ்வின் பதற்றம் நீங்கி அமைதி ஏற்பட. சௌக்கத்... அப்படி ஒரு சுத்த ஆத்மா.

நான் எப்போதும் சௌக்கத்திடம், 'நீங்கள் என் நண்பன் விஷ்ணுவைப்போலவே இருக்கிறீர்கள்' எனச் சொல்வேன். கண்கள் மலர்ந்த சிரிப்புடன், 'எந்நா குட்டிக்காலத்தெ சுகிர்த்தாயி என்னெக் கருதிக்கோ ஷைலா' என்பார்.

நான்கைந்து முறை ஹிமாலயத்துக்குச் சென்று வந்திருந்தவர், அந்த அனுபவத்தை ‘ஹிமாலயம்’ என்ற ஒரு புத்தகமாக எழுதி, அது கேரள சாகித்ய அகாடமி விருது பெற்று, என் சகோதரி கே.வி.ஜெயஸ்ரீயால் தமிழுக்குக் கொண்டு வரப்பட்டிருக்கிறது.

ஆறு மாதங்கள் எங்கள் நிலத்து வீட்டில் தங்கியவர் மீண்டும் ஹிமாலயம் செல்வதற்காகப் புறப்பட்டார். எத்தனை மாதங்கள் ஆகும் திரும்பி வர என்று தெரியாது. கையில் போன் இல்லை, லேப்டாப் இல்லை. மெயில் அனுப்ப முடியாது. அவரே எங்கிருந்தாவது எப்போதாவது தொடர்புகொள்வார்... அவ்வளவுதான். ஆனால், சௌக்கத்தின் இல்லாமையே தெரியாது. அவர் விட்டுச்சென்ற அனுபவங்களால் நிறைந்திருக்கும் எங்கள் நிலப்பரப்பு.

அதீத அன்பின் பாரமேறிய நாள் ஒன்றில் மிகுந்த காயப்பட்டிருந்தேன். அன்பு எப்போதும் புன்னகையையும் நிறைவையும் மட்டுமே தராது. அதுவும், நிறைவில் குறை தேடும் மனம் வாழ்வில் எப்போதாவது வாய்த்துவிட்டால், அது விஷக்கொடி போன்றது. துளிர்கள் முளைவிட்டு, படர்வதுபோலவே, மேலெழுந்து தான் படர்ந்த செடியை முற்றிலும் அழித்துவிடும். அப்படியான துளிர்கள் ஆன்மாவை அழுத்தின நாள்கள் ஒன்றில், இரவெல்லாம் வழிந்த கண்ணீர் வற்றியபோது, அதிகாலையில் எனக்கு ஒரு தொலைபேசி வந்தது.

‘ஷைலா, இது சௌக்கத்தானு...’

‘சௌக்கத் எங்கயிருந்து?’

‘ஹிமாலயம். அது போகட்டும். ஷைலா நேத்து ஏதோ மனசு வேதனைப்பட்டு அழுத மாதிரியே இருந்துச்சு. விடியட்டும்னு காத்திருந்தேன். என்ன ஆச்சு ஷைலா?’

மனசைப் படிக்கிற மனிதர்கள் எவ்வளவு அபூர்வம்.

மடைதிறந்து கொட்டியதுபோல மீண்டுமாக அழுதேன். அழுகையின் முடிவிலான உரையாடலில் தெளிவுற்றிருந்தேன். ஐப்பசி மாத அடைமழையைத் தாங்கி, எல்லாம் முடிந்த பின் சோர்வுற்றுக் கிடக்கும் எங்க ஊர் மலையைப்போல நானும் சாந்தமானேன்.

எனக்கு நிறைய நண்பர்களைக் கொண்டுவந்து சேர்த்ததில் பவாவுக்கே பங்கு உண்டு. அதற்கான நன்றிகள் எப்போதும் என் இதயத் தமனிகளில் நிறைந்திருக்கும். அதில் ஒருவர் இயக்குநர் மிஷ்கின். இயக்குநர் என்றா சொன்னேன்? இல்லை... தாய். தாய் என்றா சொன்னேன்? இல்லை... சகோதரன். சகோதரன் என்றா சொன்னேன்? இல்லை... ஆசான். ஆசான் என்றா சொன்னேன்? இல்லையில்லை, என் நண்பன்.

அன்று முதன்முதலாக மிஷ்கினைப் பார்க்கிறேன். வம்சி புக்ஸின் புத்தக வெளியீட்டு விழாவில் பேசவந்த மிஷ்கின், மதிய உணவுக்கு எங்கள் எல்லோரையும் அவரின் அலுவலகத்துக்குச் சாப்பிட அழைத்துப் போனார். சாப்பாடு என்பதே அவருக்குக் கொண்டாட்டம்தான். எத்தனை பேர் வந்தாலும் சலிக்காமல் கணக்குப் பார்க்காமல் மிக அதிகபட்ச ருசியுடன் உணவு தயாரிக்கச் சொல்லி, சாப்பிடும் அழகைப் பார்த்து ரசிப்பார்.

சென்னையில் மட்டும் அல்லாமல், மொத்தமாகவே தன் ஈதலைச் சுருக்கிவிட்ட மனிதர்களைப் பார்த்துப் பழகியிருந்த பலருக்கு, மிஷ்கின் ஓர் அதிசயம். உதவி இயக்குநர் வாய்ப்பு கேட்க வந்து திரும்பிப்போகும் மனிதனுக்காகக்கூட, டேய் சாப்பிட்டியாடா நீ? இல்லல்ல, ஏழுமலண்ணா இவனுக்குச் சாப்பாடு குடுங்க' எனக் கசியும் தாய்மையைத் தரிசிக்க முடியும்.

அன்று நாங்கள் 30 பேருக்கும் அதிகம் இருந்தோம். சாப்பிட்டுவிட்டு, அப்போது வெளிவந்திராத அவருடைய 'நந்தலாலா' படம் பார்க்க ஏற்பாடு செய்யப்பட்டது. 'நந்தலாலா' படமாக்கப்பட்ட விதமும் காட்சிகளாக அவை விரிந்து நமக்குப் பல செய்திகளைச் சொன்ன விதமும், இழந்துபோன என் மகனுக்கான ஏக்கமும் அவனுடைய தீராவாழ்க்கையுமாக, எனக்குள்ளே தகித்தெரியும் அக்னியாக வெவ்வேறு நினைவுகளைக் கிளறிவிட்டதும் மறக்கவே முடியாதது. படம் முடிந்து வெளியே வந்ததும் அன்றுதான் நான் பார்த்த அந்த சினிமாக்காரனைப் பக்கத்தில் கூப்பிட்டு நெற்றியில் முத்தமிட்டேன். உடல் குனிந்து தன்னை மிகவும் குறுக்கிக்கொண்டு `I am honoured... I am honoured' எனத் திரும்பத் திரும்பச் சொன்ன மிஷ்கின், எனக்கான நண்பனாக விஸ்வரூபம் எடுத்திருந்தார்.

அதற்குப் பிறகான பல நாள்களில் மிஷ்கின் நண்பர்களோடு எங்கள் நிலத்துக்கு வருவதும், திருவண்ணாமலையில் இருந்து எந்த யோசனையும் இல்லாமல் பட்டாளமாக நாங்கள் மிஷ்கின் வீட்டுக்குக் கிளம்பிப்போவதும் தொடர்கிறது. டிரைவர், அசிஸ்டென்ட் டைரக்டர், பவாவின் நண்பர்கள், ஷைலுவோட ஸ்டாஃப், குடும்ப ஆள்கள் என எந்தக் கோடுகளும் இன்றி அங்கே ஒரு வட்டம் இருக்கும்.

வட்டத்துக்குத்தானே முதலும் கடைசியும் இல்லை. எனக்குத் தெரிந்து எழுத்தாளர் ஜெயகாந்தனுக்குப் பிறகு, அப்படி மனிதர்களை அடுக்குகளின்றி பார்க்கத் தெரிந்த ஒரே ஆள் மிஷ்கின்.

பல இரவுகள் பல பகல்கள் தொடர்ந்து ஆறேழு மணி நேரம் எல்லாம் உட்கார்ந்து பேசியிருக்கிறோம். பேச்சின் முடிவில் எப்போதும் நானும் பவாவும் பொதுவாகச் சொல்லிக்கொள்வது உண்டு. என்ன மனுஷம்பா இவன். அன்பால ததும்பவைக்கிறானே! அசல் கலைஞன். மனிதக் குரூரங்களையும் துரோகங்களையும் வாழ்வில்

அனுபவித்திருந்தாலும், அதைத் தன்மேல் ஒரு நிழல் மாதிரிகூடப் படியவிடாமல் அன்பை மட்டுமே இசைத்து வாழக் கற்றுக்கொண்டிருக்கிறானே' என ஒவ்வொரு சந்திப்பிலும் ஆச்சர்யம் ஏற்படுத்தும் கலைஞன்.

மனிதர்களை உற்று உள்நோக்கிப் பார்த்துக் கணிப்பதில் மிஷ்கினுக்கு நிகரே இல்லை. திருவண்ணாமலைக்கு வந்திருந்த கேரளாவின் முக்கிய எழுத்தாளர் சிஹாபுதின், எங்கள் வீட்டுப் பெண் குழந்தைகளுக்கு சுருமி (கண் மை) வாங்கிக்கொண்டு வந்து, அதை நூல்போல இருக்கும் கண்ணாடிக் குழலில் தொட்டு, குழந்தைகளுக்கு இட்டுவிட்டார். அதைப் பார்த்துக்கொண்டிருந்த மிஷ்கினுக்கு அப்படி ஒரு மனநிறைவு.

மனசில் காமமில்லாத மனுஷனால்தான் ஷைலு கண்களுக்கு சுருமி வாங்கிட்டு வர முடியும். இல்லைன்னா லிப்ஸ்டிக் வாங்கிட்டு வந்திருப்பார். எனக்கு சிஹாபை ரொம்பப் பிடிச்சிருக்கு' எனத் தன் பிரதிபிம்பமாக சிஹாபைப் பார்த்து நெகிழ்ந்தார்.

ஆண் - பெண் - திருநங்கை என மனித மனசுகளைப் பிரித்து, சிதைத்து அதன் உள்ளிருக்கும் அழகுகளை எல்லாம் பார்க்கத் தவறிய நம்மை எப்போதும், 'நான் திருநங்கையா பிறந்திருக்கணும்னு ஆசைப்படுறேன். இந்த வாழ்வின் பேதத்தை அப்படித்தான் நான் கடக்க முயற்சிக்கிறேன்' எனத் சொல்லும் மிஷ்கினிடம் பால் பேதமே கிடையாது. அவருடைய எல்லா படங்களிலும் ஒரு திருநங்கை முக்கியக் கதாபாத்திரம் ஏற்றிருப்பார்.

நட்டநடு வெயிலில் ஒத்தையாக நிற்கும் பனை மரத்தின் உச்சியில் தேங்கியிருக்கும் குளிர்ந்த பதநீர் போன்ற தெளிந்த அன்பை மிஷ்கினின் கைக்குலுக்கல்களில் உணர முடியுமானால் நீங்கள் பாக்கியவான்.

கல்பட்டா நாராயணன் எழுதிய 'சுமித்ரா' நாவலில் வரும் வரிகள் ஞாபக அடுக்குகளில் எப்போதும் எனக்குள் தேங்கி நிற்பவை.

காமம் மனசைத் தீண்டியிராத மனிதரின் பக்கத்தில் உட்காரும்போதுள்ள எல்லையில்லாப் பாதுகாப்பைத் தன்னோடு பழகும்போது பெண்கள் உணர்ந்தார்கள்' என்று தாசன் என்ற நண்பனைப் பற்றி சுமித்ரா நினைத்துக்கொள்வாள்.

நம்மைப் பார்த்து, பேசி, அறிந்து, புரிதலுக்கு உட்படும் நட்பே தடம் மாறிப் பயணிப்பது உண்டு. ஆனால், கேட்டு மட்டுமே நட்பில் என்னை நெக்குருகச் செய்தவர் சுகா. என் தோழன். இயக்குநர் பாலுமகேந்திராவுடனான கார் பயணங்களிலும் நேர்ப்பேச்சிலும், 'என் மகள் ஷைலு, என் மகள் ஷைலு' எனப் பேசிப் பேசி என் மீதான ப்ரியம்மீதுர ஒருமுறை என்னைச் சந்தித்த தோழன். என் அப்பாவின் மகளை நான் பார்க்க வேண்டுமே எனக் கைப் புதைத்து அன்பைப் பெய்தவன். எத்தனை மனிதவெளிகள் இருந்தாலும் எனக்கான ஒரு சிரிப்பைக் கண்களிலும் உதட்டோரத்திலும் தேக்கிவைத்திருக்கும் சுகாவின் நட்புக்கு, அப்பாவுக்கு நன்றி.

அப்பாவின் மன, உடல் ஸ்பரிசமின்றி வளர்ந்தவள் நான். ஆனால், அதற்காக ஏங்கக்கூடத் தெரியாமல்தான் வாழ்வு என்னை வைத்திருந்தது. பல்கலைக்கழகப் படிப்புக்காக வெளியூரில் விடுதியில் தங்க நேரிட்டபோது அறைத்தோழி அப்பாவைப் பிரிந்துவந்த துக்கம் தாளாமல் அழுதபோது, என் 21-ம் வயதில் அப்பா வேண்டும் என்று அழுதேன். வேண்டும் நேரத்தில் வேண்டியது கிடைக்காத துக்கம், அனுபவித்தால் மட்டுமே தெரியும். அது எல்லோருமே அனுபவிக்கும் ஒன்றுதான். ஆனால், அப்பாவின் இதம் கிடைக்காத துக்கத்தில் நான் வெந்துருகிப்போன நாள்களில், இன்னதென்று சொல்ல முடியாத பேரன்புடன், என்னை மகளாக ஸ்வீகாரம் எடுத்திருந்தார் இயக்குநர் பாலுமகேந்திரா என்கிற திரையுலக மேதை. எனக்குப் பெரிய அளவுக்கு

சினிமா ரசனையோ அவரோடு உட்கார்ந்து பேசும் அளவுக்கு சினிமாவோ தெரியாது. அவருக்கு இணையான பேரன்பு என்னிடமும் உண்டு. அது எங்களை ஒன்றிணைத்தது.

'யார் யாரோ என்னை அப்பா என்று கூப்பிடுவதைவிடவும், நீ கூப்பிட்டால் நான் சந்தோஷப்படுவேன்' என பாலுமகேந்திரா சொல்வதற்காகத்தானோ என்னவோ, என் பிதுரார்ஜித தகப்பனை நான் இழந்திருந்தேன்.

எழுத்தின் வழி எனக்குக் கிடைத்த இன்னொரு தகப்பன் கே.எஸ்.சுப்ரமணியன். ஆசிய வளர்ச்சி வங்கியில் பணி புரிந்து ஓய்வுபெற்றவர். ஜெயகாந்தனின் அத்தனை புத்தகங்களையும் ஆங்கிலத்தில் மொழிபெயர்த்து வெளியிடுகிறார். கொண்டாட்டங்களை மட்டுமே தன் சிறகுகளுக்குச் சொல்லித்தந்து பழக்கியிருப்பவர். என் முதல் மொழிபெயர்ப்பான 'சிதம்பர நினைவுகள்' படித்து மௌனித்த ஒரு நொடியில் எழுத்தாளர் திலகவதியிடம், 'அந்தப் பொண்ணைப் பார்க்கும்போது எனக்கு என் சொந்த மகள் மாதிரி வாத்ஸல்யம் வந்துடுச்சு திலகவதி. அவ எழுத்து என்னை அப்படிப் பாதிச்சிடுச்சு' என்ற கே.எஸ்., அப்பாவின் பிரியத்துக்கு நெகிழத்தான் முடிகிறது என்னால்.

இயற்கை வேளாண்மையில் தன்னை முழுமையாக ஈடுபடுத்தி, இனி ஒரு விவசாயியின் தற்கொலையைக்கூட அனுமதிக்க மாட்டேன்' என தன் வாழ்வை இந்த மண்ணுக்கு ஒப்புக்கொடுத்திருக்கும் என் நண்பர் வி.பி.ராஜ் எப்போதும் சொல்வார், 'நண்பர்கள் வேற... தெரிஞ்சவங்க வேற மேடம்' என்று. ஆமாம் நண்பர்களும் தெரிந்தவர்களும் வேறு வேறுதான். தெரிந்தவர்கள், புரிதலின் முற்றலில் நண்பர்களான ஆசுவாசத்தில் நாம் திளைத்திருக்கும்போது, அது புயலாக, அனலாக வீசக்கூடிய சாத்தியம் ஆண் பெண் நட்பில்

அதிகம் உண்டு.

ஏதோ சிலரிடம் நட்பு மீறின மனச்சிந்தலும் சாத்தியமாகலாம். நிதானத்துடன் நாம் கடக்கவேண்டிய பல உறவுகளும் வாழ்வில் குறுக்கிடலாம். அப்படியான தருணங்களில் இறுக்கி வைத்துப் பூட்டிக்கொண்ட பால்யங்கள் என்னை வழிநடத்துகின்றன. அதை நான் புன்முறுவலுடன் அனுமதிக்கிறேன்.

என் வயதில் பெண்ணுக்குக் கிடைக்க முடியாத ஒரு பொக்கிஷமாக அரசி கிடைத்திருக்கிறாள். பல ஆண்டுகாலமாக நீருக்கு அடியில் உராய்ந்து உராய்ந்து பளிங்கு மாதிரியான மனம் கொண்டு என்னைக் கண்டடைந்தவள். கோயம்புத்தூரில் ஓர் அரசுப் பள்ளியில் ஆசிரியையாக நவீன இலக்கியத்துடன் இயற்பியலையும் சொல்லிக் கொடுக்கிறாள்.

என்னுடைய 'சிதம்பர நினைவுகள்' புத்தகம் படித்து ஆறேழு வருடங்களாக என்னைக் கொஞ்சம் கொஞ்சமாகத் தொடர்ந்து எனக்காக வாழ்பவள். அத்தனை வருடக் காத்திருப்புக்குப் பின்னர், என்னோடு பேசிய நாளை, 'ஒரு தேவதை கண் திறந்து வாழ்த்திவிட்டுப் போன தினம் இன்று' என எழுதி ப்ரியத்தில் சாகடிக்கிறாள்.

படிப்பது முற்றிலும் விட்டுவிட்ட பல பெண்களிடையே படிப்பதை பேசும், சிலிர்க்கும் பெண் சிநேகம் அலாதியாக இருக்கிறது. பதின்வயதில் கிடைத்த ஆணின் நட்புபோல மனசு குதூகலம் அடைகிறது. அவளோடு பேசும் நிமிடங்களுக்காக மனம் காத்துக்கிடக்கிறது. அவளால் எழுதப்பட வார்த்தைகளைக் கொண்டு சேர்க்கச் சொல்லி, எழுத்துகளை யாசிக்கிறது.

வண்ணதாசனின் செல்வராஜாகவும், கலாப்ரியா வின் சசியாகவும், சுமித்ரா என்கிற எளிய பணிச்சியாக வாழ ஆசைப்படுபவளின் கீதாவாகவும் வாழ வாய்த்திருக்கும் இந்த ப்ரியம் எனும்

பெருநினைவில் நிரந்தரித்திருக்கிறேன் ஷைலு. என் வசந்தகாலத்தின் ஒரு பகுதியை மீட்டெடுத்துத் தந்திருக்கிறீர்கள். இந்தப் பெயர் அறியா அன்பும், நட்பின் அடர்த்தியும், வாழ்நாள் புரிதலும்தான் காதல் எனில், இது என் ஆகச்சிறந்த ஆதிக்காதலாக இருந்துவிட்டுப் போகட்டும்.'

இப்படி எழுதி வாழநினைக்கும் அரசியின் மனசு ஆணாக இருந்தால் என்ன... பெண்ணாக இருந்தால் என்ன? அது மனதைக் குளிர்விக்கிறது; தனிமையில் ரசித்துச் சிரிக்கவைக்கிறது; கனவுகளில் சஞ்சரிக்க வைக்கிறது. போதும், நிறைவாக இருக்கிறேன்... நட்புகளின் செட்டைக்குள் பத்திரமாக இருக்கிறேன்.

என் வரிகளுக்காக நண்பர்கள் விகடனில் பகிர்ந்து கொண்டது....

ராஜு முருகன்

உறவையும் பிரிவையும் காலம்தான் தீர்மானிக்கிறது. அது செய்யும் மாயங்கள், எதையும் கலைத்துப்போட்டுவிடும். ஆனால், எப்போதும் நமக்கு நடுவே அன்பும் பரிவும் நிரந்தரம். எதிர்பார்ப்பும் அப்பழுக்கும் இல்லாத ஆண்-பெண் சிநேகிதத்தால்தான் இந்த உலகில் இன்னும் மழை பெய்து, ஈரம் எய்தி, இயற்கை பூக்கிறது!

ஆண்-பெண் தோழமை எவ்வளவு வைராக்கியமானது. ஒரு பெண்ணின் நட்புதான் ஆணுக்குப் பெருங்கொடை. எல்லா தோழிகளுக்கும் கொஞ்சம் அம்மா சாயல் இருக்கிறது. அவர்களின் ஒரே ஒரு குறுஞ்செய்தி நமது நாளையே மலர்த்திவிடுகிறது. ஒரு வார்த்தை, உரையாடல் எவ்வளவோ நம்பிக்கைகளை அளித்துவிடுகிறது. கனவுகளைப் புதுப்பிக்கிறது. அவர்கள் உடன் இருந்தால், துயரங்கள் சிறியதாகி விடுகின்றன. உறவுகளாலும் பிரிவுகளாலும் மனதில் எரியும் காயங்களுக்கு, இந்த விரல்கள்தான் விசிறி வீசிவிடுகின்றன.

கி.ராஜநாராயணன்

நட்புக்கும் காதலுக்கும் இடைப்பட்ட ஒரு வண்ணம் இருக்கிறது.

பெயர் சொல்லிக் குறிப்பிட நமது மொழியில் அதற்கு ஒரு சொல் இல்லை அல்லது எனக்குத் தெரியவில்லை.

பிரகாஷ்ராஜ்

என்னோட சிநேகிதி ஒருத்தி இருக்கா. அவளிடம் மட்டும்தான் நான் என்னை முழுசா பகிர்ந்துக்க முடிஞ்சது. நாலு வருஷம் கழிச்சுப் பார்த்தாலும், பார்த்த நிமிஷத்துல பழைய நட்பை அப்படியே

புதுப்பிச்சுக்கிற அதிசயம் அது.

நான் நேசிக்கிற நீ - நீ இல்லை. எனக்குள்ளே எங்கேயோ இருக்கிற வனத்துக்குள்ளே ஒரு காட்டுப் பூவா பூத்திருப்பியே... அந்த நீதான், நான் நேசிக்கிற நீ'னு சொல்வேன். சிரிச்சுக்குவா.

கோணங்கி

அந்தப் பால்வீதியில் அவள் போய்க்கொண்டேயிருக்க, நானும் எதிர்பார்ப்புடன் பின்தொடர்கிறேன். திரும்பிப் பார்த்தாளா என்று தெரியாது. அவள் போவது தெரிகிறது. அவளுக்கும் நான் பின்தொடர்வது தெரிகிறது. திரும்பிப் பார்க்கக் காணோம். பயணம் தொடர்ந்துகொண்டிருக்கிறது. இருவருமே பால்வீதியில்தான் இருக்கிறோம்.

என்னுடைய படைப்பின் ஆதாரமென்பது சாமிகேசவனின் வீட்டில்தான் இருக்கிறது. அவனுடைய அக்கா என் மேல் பேரன்பு வைத்திருந்தார்கள். பெயர் தனலட்சுமி.

எதையும் பெறாத, கலையை மட்டுமே பெற்றுக்கொண்ட அபூர்வமான உறவு அது. எப்போதுமே எதையும் நான் கேட்டதுமில்லை. அவர்கள் தந்ததுமில்லை. ஆனால், அவர்களின் மரணம் என்னை வருத்திக்கொண்டேயிருக்கிறது.

தனலட்சுமிதான் எழுதுவது, நானல்ல. எப்போதுமே எழுதத் தூண்டுகிற இடத்திலிருந்து எழுதிக்கொண்டேயிருக்கிறது. என்னை விடவும் கௌரவமான, கெத்தான, திமிர்பிடித்த பெண் அது. என் எழுத்திலிருக்கிற அந்தத் திமிர், மொழித்திருகல் எல்லாம் என் கையில் இல்லை.

அது அவளுடையது. அவள்தான் என் எழுத்தைத் தீர்மானிக்கிறாள். அதற்குள்தான் நான் இருக்கிறேன்.

பேரன்பின் பெருவலி

பார்வையாளர்களே, நீங்கள் பார்த்தவர்கள்தான் நாங்கள் :

வாழ்நாளில் முதல்முறையாக ஒரு படம் வெளிவந்த நாளிலேயே பார்க்கப் போனேன். மூத்த மகனுக்கு படங்கள் பார்ப்பது அவ்வளவு பிடித்தமானதல்ல. திரையரங்கின் இருட்டும் அதீத சப்தங்களும் அவனால் சகித்துக் கொள்ள முடியாது. பயத்தினால் அல்ல. உரத்த சத்தங்கள் அவனுக்கு குமட்டிக்கொண்டு வரும். இருக்கையின் அடியில் குனிந்து உட்கார்ந்து கொள்வான். தெளிவற்ற மொழியில் வீட்டுக்கு போலாம் என்று அழுவான். சுற்றிலும் உள்ளவர்கள் எங்களை மிகவும் சங்கடத்துடன் பார்ப்பார்கள்.

கடந்த சில வருடங்களுக்கு முன்பு வரை அந்த பார்வையின் வலியில் நான் என்ற அம்மாவின் தலை தாழ்ந்து குனியும். இன்றோ என் பார்வை அவர்களுடைய கண்களை மிக இயல்பாக ஏறெடுத்து நின்றது. இப்போது என் கண்களில் நான் எழுதி வைத்ததை அவர்களால் வாசிக்க முடியும். ஒரு அசாதரணமான குழந்தையை வளர்ப்பதென்பது ஒரு அம்மாவுடையதோ அப்பாவுடையதோ மட்டுமான கடமையல்ல. அது ஒரு சமூகத்தின் கடமையும் கூட.

அவர்களுடைய தலை குனியும் வரை என் கண்கள் பதட்டமடையாது. என் மகனுக்கும் இங்கே மிகுந்த அபிமானத்துடன் இயல்பாகவே வாழ உரிமையுண்டென்று நான் தீர்மானமாய் நம்புகிறேன். ஏனெனில் நான் ஒரு அசாதரண குழந்தையின் அம்மா!

படம் பார்த்து கொண்டிருந்தபோது என் தலை மேல் அடித்து சொன்ன வார்த்தைகள், ''இவ்வளவு நாட்களும் நான் பாத்துகிட்டேனே, இனி நீங்க பாத்துக்கோங்க'' என்ற வரிகளாக இருந்தது. ஸ்பாஸ்டிக் டிஸ் ஆர்டர் இருக்கும் மகளை அப்பாவிடம் விட்டு விட்டு நேசத்தின் கதவுகளை சாத்திவிட்டு போகும் அம்மாவைப் பற்றி பார்வையாளர்கள் ஆச்சரியப்பட்டு போயிருப்பார்களே! இது என்ன இப்படி ஒரு அம்மாவா? என உள்ளே ஒரு முணுமுணுப்பு கேட்டிருக்கும். ஆனால் எனக்கு ஒன்றும் தோன்றவில்லை. ஏனெனில் அந்த அம்மாவை என்னால் புரிந்து கொள்ள முடியும்.

வீட்டை விட்டு போனதற்காக அவளை என்னால் குறை சொல்ல முடியவில்லை. அவள் இன்னும் கொஞ்சம் தைரியமான பெண் என்று நான் சொல்லும்போது நீங்கள் இன்னும் கொஞ்சம் புரிந்து கொள்ளும் காருண்யத்தோடு என்னை அணுகுங்கள்.

வேலைக்கு போன இடத்திலிருந்து வார இறுதியில் வரும் கணவனிடம் எத்தனையோ முறை இதே வார்த்தைகளைச் சொல்லியிருக்கிறேன். தண்ணீர் நிறைந்த பாத்திரத்தில் தலையை மூழ்க செய்து இரண்டு நிமிடங்கள் நின்றிருக்கிறீர்களா? இல்லை மூக்கை இறுக்கிப் பிடித்து ஐந்து நிமிடம், மூன்று நிமிடம், ஒரு நிமிடம், நீங்கள் மூச்சிற்காய் துடிக்கும் துடிப்பில்லையா? அதே துடிப்பு இதயத்தில் ஏற்படும்போது என்ன செய்வீர்கள்? எத்தனை வருடங்கள் ஒரு அம்மாவால் மட்டுமே தனியாக அந்த துடிப்பை அடக்கிப் பிடித்துக் கொள்ள முடியும்?

அசாதரணமான ஒரு குழந்தை பிறக்கும்போது அம்மாவிற்கு குழந்தையைப் பற்றிய கனவு தகர்ந்தெறிந்து போவது மட்டுமல்ல, வெளியே வெளிச்சத்தின் கீற்றைப் பார்க்கும் போது முகம் சுருங்கிப் போகும் வாழ்வு அவளை இருட்டில் தள்ளி விட்டும் போகும். மற்றவர்களின் அனுதாபங்களை, தள்ளி நிறுத்திப் பார்க்கும் பார்வைகளை எதிர் கொள்ளத்தான் அவள் முதலில் பயப்படுகிறாள். சட்டென சந்தோஷித்து சிரிக்க அவளுக்கு காரணங்கள் இல்லாமல் போகிறது.

மடியில் வைத்திருக்கும் குழந்தை எல்லா குறைபாடுகளுடனும் அவளுடைய சிரிப்பை சுக்கு நூறாக்கிவிடும். முலைகளில் சுரக்கும் பாலும், இருட்டிற்கு தயக்கம் வந்த துக்கமும் அவளை வெளிச்சத்திற்கு அழைத்து வரும். விழுந்த இடத்திலிருந்தே நடக்க கற்றுக் கொண்டிருப்பாள். ஆனாலும் அவளுக்கு ஏற்பட்ட காயம் ஆற அவகாசம் கொடுக்காமல் உலகம் அவளை இதென்ன இப்படி ஒரு அம்மாவா என மூக்கில் விரல் வைத்து பேசும். வருடங்களாக உறவினர்களின் உதாசீனங்களுக்கும் முணுமுணுப்பிற்குமிடையில் தன்னந்தனியாய் குழந்தையைப் பார்த்துக் கொண்ட 'பாப்பா'வின் அம்மா வீட்டை விட்டு போனதை என்னால் குற்றம் சொல்ல முடியாது. அவள் கொஞ்சம் தைரியமுள்ள பெண்ணாக இருந்தாள் என்று நான் சொல்லும்போது என்னைப் புரிந்து கொள்ள இன்னும் கொஞ்சம் கருணையோடு அணுகுங்கள்.

புத்தி சுவாதீனமற்ற என் மகன் சட்டென வளர்ந்து விட்டிருந்தான். அவனுடைய சின்ன சூச்சுவைப் பார்த்து நான் விசனமுற்றிருந்தேன். பாவம் அவன் எப்படி திருமணம் செய்து கொள்ளமுடியும்? நான் என் கணவனிடம் கேட்பேன்.

"கல்யாணம் பண்ணுவதுதானா பெரிய விஷயம்? அவன் வாழ தகுதியுள்ளவனாக வளரட்டும்".

ஆனால் எனக்கு அவன் திருமணம் செய்து கொள்ள வேண்டும். நான் இல்லாமல் போகும்போது அவனுக்கு ஒரு இணையாக, அவனை நேசிக்க, அவன் தெளிவற்று பேசும் பேச்சுகளை புரிந்து கொள்ள, நேரத்திற்கு உணவு கொடுக்க, காய்ச்சல் வந்தால் பக்கத்தில் கட்டிப் பிடித்து படுக்க என் மகனுக்கு ஒரு துணை வேண்டுமென்று நான் விரும்பினேன். வளர்ந்து வேலைக்குப் போவதல்ல நான் அவனைப்பற்றி கண்ட கனவு, மாறாக அவனை நேசிக்கும் ஒரு பெண்ணின் வருகையை எதிர்பார்த்திருந்தேன். எனில் நான் நிம்மதியாக செத்துப் போவேன். நான் போய்விட்டால் என் குழந்தை என்ன செய்வான்? யோசிக்க முடியவில்லை. என் மகன் அடி வாங்குவதையும் உதாசீனப்படுவதையும் உணவிற்காய் கை நீட்டி நிற்பதையும் நேசிக்க யாருமற்ற நிலையையும், அவனுக்கென்று ஒரு வாழ்க்கை இல்லையென்றால் எனக்கு முன்பே அவனை எடுத்து கொள்ளவேண்டும்!

"சிறு நிலவிற்கு ஒப்பானதொரு புன்சிரிப்பு

அந்த உதடுகளில் இருக்கும்.

வெடித்துச் சிரித்து விழி சுற்றி உழன்று

குழந்தையைப் போல உடைந்து

ஏதோ ஒரு பறவை, காயமேற்று

மனித மொழிகளற்று அலறும் போது

அம்மா மட்டுமே அறிவாள் அதன் மொழியை,"

சுகத குமாரியின் கொல்வது எப்படி என்ற கவிதையின் வரிகளை நான் பைத்தியம் போல பிதற்றித் திரிந்த நாட்கள் அவை.

அமுதவன் என்ற அப்பாவைப் போல இருக்க முடியாது அம்மா. அப்பா இதைத்தான் செய்யமுடியும் என்ற வேலி கட்டி என்றும்

குழந்தையை குழந்தையாகவே வைத்திருக்கும்போது, அம்மா அந்த சிட்டுக்குருவியைப் பறக்க கற்றுக் கொடுக்க நினைப்பாள். பல நேரங்களிலும் அவனைப் பற்றி நான் சொல்லும் கனவுகளை, ஆசைகளை பெண்ணைப் பற்றின உணர்வுகளை மடத்தனம் என்று புச்சமாய் தள்ளும் கணவனின் உடனிருந்து இந்தப் படத்தை பார்த்தது என்னை ஆனந்தப்படுத்தியது. பாப்பா லாலிபப்பை உதடுகளில் தேய்ப்பது பாலியல் ஈர்ப்பின் அடையாளமென்று கூட புரிந்து கொள்ள முடியாத ஒரு அப்பாவாகத்தான் இருந்தார் என் மகனின் அப்பா.

அமுதவன், படுக்கையில் பாப்பாவின் முதல் ரத்தம் பார்க்கும் காட்சியொன்றுண்டு. இந்த நொடியை எப்படி கடப்பதென்று தெரியாமல் திகைத்து நிற்கும் தகப்பன். பார்வையாளர்கள் மிகச் சிறந்த காட்சியென்று அதை சொல்லியிருக்கலாம். மம்முட்டியின் இயல்பான நடிப்பை சிலாகித்தும் பேசியிருக்கலாம். ஒரு அப்பா எதிர்கொள்ள வேண்டி வந்த அந்த நிமிடத்தை அம்மா எப்படி கையாண்டிருப்பாள்? போன வருடம்தான் என் மகனின் ஆண் குறியைச் சுற்றிலும் முடி வளரத் தொடங்கியிருந்தது. அதை அவன் என்னிடம்தான் காட்டினான். ட்டிரவுசர் அவிழ்த்து என் முன்னால் நிர்வாணமாய் படுத்துக் கொண்டு ,பாரும்மா எனக்கு முடி வளருது என்று தெளிவற்ற மொழியில் பேசினான். மகன் நன்றாக வளர வேண்டுமென்ற பிரார்த்தனையிலிருந்த அம்மாவான நான் அதிர்ந்து போய் நின்றுவிட்டேன். இனி என்ன செய்வது? அம்மா வலிக்குது, சட்டென முழு வளர்ச்சி அடைந்துவிட்டிருந்த லிங்கங்கள் சுருண்டு மேலேறிப் போவதை சரி செய்து தரச் சொன்ன நாளில் நான் அவனை இறுக்கி அணைத்து அழுதேன்.

அவனுடைய அப்பாவிடம் சொன்னபோது சோர்ந்த மனதுடன் உட்கார்ந்த இடத்திலிருந்து எழுந்து போய்விட்டார். ஒரு முறை எதிர்பாராமல் அவனுடைய ஆண்குறியைப் பார்த்த ஒரு சொந்தக்காரர்

பிறகு தொலைபேசியில் ''கடுக்காயைத் தூள் செய்து தண்ணீரில் கொதிக்க வைத்துக் கொடுத்தால் இப்படியான எண்ணங்கள் இல்லாமலிருக்கும்'' என்று பேசினார். ஒவ்வொரு முறை பள்ளிக்கூடத்திற்குப் போகும்போதும் ஆசிரியர்களிடம், ''என் மகன் பெண்பிள்ளைகளிடம் தேவையில்லாததை செய்கிறானா என்றும் ஆண் பிள்ளைகள் அவனிடம் மோசமாக நடந்து கொள்கிறார்களா என்றும் கவனிக்க வேண்டும்'' என்று வெட்கமில்லாமல் கெஞ்சியிருக்கிறேன். அவர்கள் நான் ஏன் இப்படி சொல்கிறேனென்று யோசித்திருக்கலாம். ஒரு நாள் வேலை முடிந்து வந்தவுடன் அவன் தன் முதுகைக் காண்பித்தான். முதுகு முழுக்க கிள்ளியதன் நக வெட்டுகள் காயமாய் பதிந்திருந்தது. குழந்தை பருவ நாட்கள் நினைவில் வர அவளை கட்டிப் பிடித்திருக்கலாம். என்னால் அவளை குற்றம் சொல்ல முடியவில்லை. அவளும் இப்போது வளர்ந்த பெண்தானே.

அவர்கள் சாதாரண குழந்தைகள் இல்லை, அவர்களுக்கு இப்படியான உணர்வுகளோ ஆசைகளோ ஏற்படாது என்று நாம் நினைக்கலாம். அறிவுக்கும் மன உணர்வுகளுக்கும் உடல் சார்ந்த எண்ணங்களுக்கும் மட்டுமே அவர்களுக்கு குறைபாடு இருக்கும். பிறகான நேரங்களில் அவர்கள் நம்மைப் போலத்தானே. சின்ன வயதில் அவர்களை வளர்ப்பது மிக இனிமையாக இருந்தது என்று அவர்கள் பெரியதாகும்போது புரிந்தது. அவர்களுடைய சாதாரணமான ஆசைகளை உடைத்தெறியாமல் மீண்டுமொரு வழிக்கு திருப்பி விடுவதுதான் கடினம். எவ்வளவு நாட்கள் ஆகுமென்று தெரியாது.

அமுதவன் மீண்டும் பாப்பாவின் அம்மாவைப் பார்க்கப்போகும் போது அவளுடைய கணவன் தங்களின் குழந்தையைப் பற்றி சொல்லும் ஒரு காட்சி இருக்கிறது. பேரன்பில் மிகவும் மகத்தான காட்சியென்றும் அதை சொல்லலாம். அங்கேதான் இயக்குனரின்

கதையின் நுட்பம் வெளிப்பட்டிருந்தது. ''போன மாசம்தான் குழந்தை பிறந்தது. எங்க குழந்தை நார்மலாக இருக்கிறது, ஒரு பிரச்சனையும் இல்ல'' என்று சொல்லும்போது அமுதவன் என்ற அப்பா தோற்றுப் போவதும், தனிமைப்படுத்தப்படுவதும். பாப்பா என்ற மகளின் அசாதரண தன்மைக்கு தான் மட்டுமே காரணம் என்பதை சொல்லும் காட்சி. இல்லையென்றால் அவருடைய ஜீன் மட்டுமே பாப்பா எனும் அர்த்தமும் அதிலிருக்கிறது. அன்றிலிருந்து அவர் மரணத்தைப் பற்றி யோசிக்கத் தொடங்கியிருக்கலாம். அசாதாரண குழந்தைகளை வளர்க்கும் எவ்வளவோ பெற்றோர்கள் எத்தனையோ முறை மனதால் அமுதவனைப் போல அந்த கைகளையும் பிடித்திழுத்து கடலில் இறங்கியிருக்கலாம், எத்தனையோ முறை இறந்தும் போயிருக்கலாம்.

''பேரன்பு'' ஒரு சினிமாவல்ல, அது வாழ்க்கை. பார்வையாளர்களே, நீங்கள் பார்த்ததுதான் நாங்கள். எல்லா பலவீனங்களும் சுகவீனங்களும் கொண்டுள்ள சாதாரண அம்மாக்களும் அப்பாக்களும். தயவுசெய்து அந்த அம்மாவை குரூரமானவள் என்று சொல்லாமலிருங்கள்.

மம்முட்டி என்ற மகா நடிகனின் நடிப்பைப் பற்றி பேசாமலிருந்ததற்காய் என்னை மன்னியுங்கள். எனக்கு முன்னால் நடிப்பு தெரியவில்லை. நான் அமுதவன் என்ற அப்பாவை மட்டுமே பார்த்தேன், பாப்பா என்ற மகளை மட்டுமே பார்த்தேன். மீரா என்ற அன்புள்ள பெண்ணை மட்டுமே பார்த்தேன். பாப்பா, மீராவின் அன்பில் அம்மாவை கண்டெடுக்க முடியுமென்று நான் முழுமையாய் நம்பினேன். ஏனெனில் இவர்களுக்குத் தேவை அம்மாவும் அப்பாவும் இல்லை, அவர்களை நேசிப்பவர்கள்தான் அவர்களுடைய அம்மாவும் அப்பாவும்.

ஸ்பாஸ்டிக்டிஸ்ஆர்டர்இருக்கும்ஒருஆண்பிள்ளையின்அம்மாபேரன்பு படத்தை பார்த்துவிட்டு தன்னை வெளிப்படுத்தியதன் தமிழ் பதிவு.

உருவமற்ற என் முதல் ஆண்

எந்த இழப்புகளிலிருந்தும் மீண்டு வருதல் சாத்தியமற்றது.கடந்து போதல் மட்டுமே.

அப்பா...

இந்த சொல்லின் உறவும் நெருக்கமும் அது தரும் செட்டைச் சூட்டையும் நான் வாசிப்பின் வழி இலக்கியத்தில் மட்டுமே அறிந்திருக்கிறேன். அப்படி நான் வாசித்து முடித்த ஒரு அருமையான அப்பாவின் ஸ்பரிசத்திற்காய் இமை நனைய தவித்திருக்கிறேன். அது பரிதவிப்பாய் மாறி சுய கழிவிரக்கமாய் தன்னை உருமாற்றிக் கொண்டபோது உக்கிரமாய் சிலிர்த்து, என் மீதான பரிதாபப் பார்வை வேண்டாம் என கோபம் கொண்டெழுந்திருக்கிறேன். என்ன செய்தும் அப்பா... என் ப்ரியத்திற்குரிய அப்பா... நீ என்னிடம் வந்து சேரவேயில்லை. என் தொடுதலுக்காய் உன்னைத் தரவில்லை. கை மடக்கிப் படுத்து என் தலையை சேர்த்தணைக்கவில்லை. தட்டில் சோற்றைப்போட்டு பிசைந்து பிசைந்து உருட்டி எனக்கு ஒரு வாய் ஊட்டிவிடவில்லை. பனி விலகுவது போல என்னிடமிருந்து நீ விலகிப் போனாலும் அது என்னிலிருந்தல்ல.

அம்மா நன்றாகப் பாடுவாள். தெருவில் விளையாடும்போதும், வாசலில் உட்கார்ந்து படிக்கும்போதும் அம்மா பாடும்,

''அஞ்சனக் கண் எழுதி

ஆலிலைத் தாலி சார்த்தி

அரப்புரை வாசலில் நான் காத்திருந்தேன்''

என்ற பாடல் அன்றெனக்குப் புரிந்ததேயில்லை. புரியும் வயசா அது? புரிதலுக்கும் வயதிற்கும் சம்மந்தமிருக்கிறதா என்ன!

ஐந்து மாத கைப்பிள்ளையாய் என்னையும் இரண்டு சகோதரிகளையும் இருபது வயது மனைவியையும் விட்டுவிட்டுப் போன உங்களுக்கு இதில் எதிலுமே சம்மந்தமில்லையா அப்பா?

அம்மா, அக்காக்கள், பாட்டி என பெண்களால் சூழப்பட்ட வீட்டில் ஆண் துணையாய் தாய்மாமாவின் நிழலில் ஒதுங்கியே வெயிலையும் குளிரையும் மகிழ்ச்சியையும் பூரிப்பையும் துக்கத்தையும் பெருங்கனவையும் கண்டு வாழ நேர்ந்ததை என்னவென்று சொல்ல?

இவ்வளவு பாரத்தையும் ஒன்றாய் வாழ்வில் ஏற்றெடுக்க வேண்டிய சூழல் வந்ததால் மாமாவும் அவரின் சொற்களை மொத்தமாய் தொலைத்திருந்தார். நாங்கள் எழும்முன் வேலைக்குப் போய், தூங்கியபின் வீட்டிற்கு வந்துமான வாழ்க்கையை மேற்கொண்டாலும் எதற்கும் போதாத வாழ்வுதான் அது.

கனவுகளில் வரும் அப்பாவிற்காய் ஏங்கித் தவித்து அழுதபோது அதை யாரிடமும் பகிர்ந்து கொண்டதில்லை. எங்கேயோ இருந்தேன் இவ்வளவு நாளென்று வந்துவிட மாட்டாரா என்று கொதிக்கும் மனதை நண்பர்களின் அப்பாக்களும் இட்டு நிரப்பியதேயில்லை.

பல சமயங்களில் எதையும் செய்யத் தோன்றாத மனநிலைகளில் பிடிவாதமாய் கற்பாறையாய் இறுகியிருந்தேன். எப்போது நாங்கள் அப்படியான எதிர்ப்பைக் காண்பிக்கிறோமோ அப்போதெல்லாம் அப்பா ஆவியாய் பாட்டிமீது வந்து எங்களை வழிநடத்துவார். ஆஸ்துமாவால் சிரமப்படும் பாட்டி தயிர் ஊற்றி பிசைந்து பழைய சோறு சாப்பிடுவாள். சார்மினார் சிகரெட்டை கால் மேல் கால் ஏற்றி வைத்து உட்கார்ந்து ஊதித் தள்ளுவாள். எங்கள் மூன்று பேரையும் பக்கத்தில் அழைத்து போதனையின் உச்சத்தை உபதேசித்து நல்வழிப்படுத்துவாள். அம்மாவின் முகம் மட்டும் ஒரு வித கலவையான பாவத்திலிருக்கும். அது சந்தோஷமா, பூரிப்பா, இழந்ததை மீட்ட ஒரு நொடி திகைப்பா, லேசான வெட்கமா எதுவும் தெரிந்ததேயில்லை.

பள்ளி முடித்து, கல்லூரியின் முதல் வருடத்துக்கு வந்தபோது ''இதெல்லாம் என்ன கூத்து, உங்களுக்கு ஏதாவது சொல்ல வேண்டும் என்றால் நீங்களே சொல்லிவிடுங்கள்'' என்ற கோப கொந்தளிப்புக்குப் பிறகு பாட்டி மீது வந்த அப்பாவையும் பார்க்க முடியாமல் ஆனது.

மெல்ல மெல்ல என்னிலிருந்து, அப்பா என்கிற உறவின் இதம் தரும் சூட்டை நான் மறந்து தணிந்திருந்தேன். அப்போதுதான் எம்.காம்., படிப்பதற்காக அண்ணாமலைப் பல்கலைக்கழகத்தில் சேர்ந்து விடுதியில் தங்கினேன். பத்து பேர் தங்கக் கூடிய பெரிய அறை அது. தனி தனியாக கட்டில்கள் போடப்பட்டிருந்தாலும் சேர்த்துப் போட்டு ஒன்றாக்கி தூங்குவோம். என் அறைத் தோழி சாந்தி திடீர் திடீரென இரவின் சூன்யத்தைக் கிழித்துக் கொண்டு அகாலத்தில் அழ ஆரம்பித்துவிடுவாள். அவளுக்கு அப்பாதான் எல்லாம். அப்பாவுடன் சினிமாவிற்கு போவது, கல்லூரியில் கொண்டு போய் விடுவது, நண்பர்களின் வீட்டிற்கு அழைத்துப் போவது, மாலைகளில் கடற்கரை,

பூங்காக்கள் என ஊர் சுற்றுவது என்று எல்லாமே அப்பாதான். அவரைப் பிரிந்து ஹாஸ்டலுக்கு வந்ததை அவளால் தாங்கவே முடியவில்லை. பொங்கிப் பொங்கி அழுவாள். அவள் அழுகை அப்படியே பல நாள் ஊறப்போட்டிருந்த என் துக்கத்தை கிளறிவிட விடுமுறையில் திருவண்ணாமலைக்கு வந்த நான் பெரிய கோவில் கோபுர வாசலுக்குக் கீழே ஸ்நேகிதிகளோடு உடகார்ந்து அப்பா வேண்டும் என்று பொம்மை தொலைத்த குழந்தை மாதிரி அழுதிருக்கிறேன். என்ன அழுதாலும் சில நிதர்சனங்களிலிருந்து மீண்டு வரமுடியாதில்லையா? கடந்து தான் போகவேண்டியிருக்கிறது.

என் கனவாய், நான் நினைத்ததற்கும் சற்று மேலாய் பவாவைப் பார்த்து, நாங்கள் திருமணம் செய்ய முடிவு செய்த நாட்கள் அவை. பவாவின் வீட்டில் முழுதுமாய் சம்மதித்து, என் வீட்டில் கொஞ்சம் கசப்புகளுக்குப் பிறகு சம்மதித்து என நாட்கள் நல்லவிதமாய் மாறின ஒரு பொன் மாலைப் பொழுது அது.

அப்போது நானொரு தனியார் பள்ளி ஆசிரியை. பள்ளி விட்டு என் பறக்கும் கம்பளமான B.S.A. S.L.R. சைக்கிளில் பள்ளியின் தெருவைக் கடக்க முற்படும்போது தனக்கோட்டி வாத்தியார், பவாவின் அப்பா, நான் மிகவும் மதித்த, நேசித்த என் மாமனார் ஒரு சைக்கிளில் எதிரே வந்து நிறுத்துகிறார்.

"அம்மா ஷைலா, இனி நான் அந்த வீட்டுக்கு வர மாட்டேன். அந்த பையன் ரொம்ப மோசமா பேசறான், என்னதிட்டிட்டான், நீ கல்யாணம் பண்ணி என்ன பண்ண போறியோ. அந்த வீட்டுக்கு வரப்போற பொண்ணுன்னு உங்கிட்ட சொல்லிட்டு இதோ என் ஸ்நேகிதகாரரு வீட்டுக்கு போறேம்மா. இனி நீயாச்சு, அவனாச்சு''

இப்படியெல்லாம் நான் கேட்டதேயில்லை. அப்பாவும் மகனும் சண்டை போட்டுக்கொண்டு வீட்டைவிட்டு வெளியே போவதென்பது

எனக்கு முற்றிலும் புதுசு. நான் இப்படி வளரவேயில்லை. கண்களில் நீர் எட்டிப்பார்த்து வார்த்தைகளை உள்ளிழுத்துக்கொள்கிறது.

''அப்பா அப்படி நீங்க போகக் கூடாதுப்பா'' என்ற வார்த்தை மட்டுமே என்னிலிருந்து வருகிறது. அப்பாவை கடுமையாய் பேசின பவாமீது கோபம் கோபமாய் வருகிறது.

''அதெல்லாம் சரிப்படாதும்மா'' என்று சைக்கிளில் ஏறிப் போன அப்பாவைப்பார்த்துக்கொண்டே என் சைக்கிளை ஓட்டப்பிடிக்காமல் தள்ளிக் கொண்டே நடக்கிறேன்.

எப்போதும் வருவதை விட தாமதமாக வீட்டிற்கு வந்த எனக்கு அப்பா வீட்டில் உட்கார்ந்திருப்பது ஆச்சரியமாக இருந்தது. என் அம்மா பேசாமல் நின்றிருக்க பாட்டிதான் பேசிக்கொண்டிருந்தாள்.

''இங்க பாருங்க, நீங்க எல்லாம் பெரியவங்க இருக்கீங்கன்னுதான் எங்க பொண்ண நாங்க கல்யாணம் பண்ணி குடுக்கறோம், நீங்க இப்படி பண்ணக்கூடாது, கண்டிப்பா வீட்டுக்கு போயிடணும்''

பாட்டியின் குரலில் இருந்த கண்டிப்பு அப்பாவை என்ன செய்ததென்று தெரியவில்லை.

''அப்படியா சொல்றீங்கம்மா, அதுவும் சரியாதானிருக்கு. சரி நான் வீட்டுக்கு போறேன் விடுங்க'' என்று சைக்கிளை தன் வீடு நோக்கி திருப்புகிறார்.

கொஞ்ச நேரத்திற்கு முன்னிருந்த கோபம் பனியாய் விலக குழந்தையாய் மாறிப்போனார் அப்பா. அன்றிலிருந்து என் திருமணம் முடிந்த சில வருடங்களில் அப்பாவின் மரணம்வரை என்னோடு இருந்த நட்பும் ப்ரியமும் அலாதியானவை.

தன் இழந்த காதலை ஒரு நண்பனுக்கு கடத்தும் துக்கத்தோடு மருமகளான என்னிடம் பகிர்ந்துக் கொள்வார். 'இதெல்லாம் போய் பேசிகிட்டு...' என திட்டும் மாமியாரை நாங்கள் இரண்டு பேரும் சேர்ந்து சிரித்து கடப்போம். தன் அரசியல், அவர் ஒரு காங்கிரஸ் அபிமானி, அதன் நேர்மை, சுதந்திரப் போராட்ட அனுபவம், சுபாஷ் சந்திர போஸின் படையில் சேர்ந்து தன் அப்பா இறந்து,அதன் பிறகு அங்கு நீடிக்க முடியாமல் தமிழ்நாட்டிற்கு வந்ததென அனுபவ சுரங்கமாய் பேசிக் கொண்டேயிருப்பார். நான் அப்பாவின் அன்பில் கரைந்திருந்த நாட்கள் அவை. என்னை முன்னால் போகவிட்டு, 'எம்மருமக, நல்லா படிச்ச பொண்ணு, நாத்திகவாதி, அறிவான பொண்ணு' என கன்னம் சிவக்க பேசி மகிழ்ந்து சிரிப்பார். என் குறித்தான அவரின் பெருமிதங்கள் என்னை மேலும் மேலும் இளக வைத்திருந்தன.

குடும்ப பாரம் மனதை அழுத்திக் குழப்ப, என்ன செய்வதென்று புரியாமல் சிந்தனாவாதியும் கிராமத்தின் பெரிய மனிதராய் இன்றும் மக்கள் நிஜமாகவே கோவிலில் படம் வைத்து வணங்கும் மரியாதையும் வாய்த்த அப்பா தற்கொலைக்கு துணிந்து வேட்டவலம் கோட்டாங்கல் பாறை மேலமர்ந்து நகரத்தின் சப்தங்களை அவதானிக்கிறார். தன் பார்வையில் அலைவுறும் போக்குவரத்து மட்டுப்பட காத்திருக்கிறார். பாறையில் என்றோ ஒரு பறவையின் எச்சம் பட்டு பெய்த மழையிலும் அடித்த வெயிலிலும் தான் தோன்றியாய் வளர்ந்த எட்டி மரத்தின் கைக்கெட்டும் கிளை, கையில் வைத்திருந்த சிறு கயிற்றை பெருங்காதலோடு சமீபிக்கக் காத்திருந்தது. அது ஒரு இருள் சேராத பகலின் முடிவுறும் பொழுது. அலைவுறும் மனதை ஒருமுகப்படுத்தி கயிற்றையும் தன்னையும் மரக்கிளைக்கு ஒப்புக் கொடுக்க நினைத்து மரத்தை சமீபித்த தருணத்தில் பளீரென திருவண்ணாமலை தீபம் எரிந்திருக்கிறது. அது விவரிக்கமுடியாத

வாழ்வின் நம்பிக்கைக் கீற்றுகளை அப்பாவின் மனதிற்கு கடத்தியிருக்கிறது. ஒரு பெரும் நம்பிக்கையோடு கயிற்றை மரத்திலேயே தனித்திருக்க விட்டுவிட்டு வீட்டிற்குத் திரும்பியிருக்கிறார்.

அதன் பிறகான வருடங்களில் திருவண்ணாமலை தீபத்திற்கான பிரார்த்தனை நெய்யில், எங்கள் நாத்திக அப்பாவின் பங்குமிருக்கும். இருபது வருடங்களாய் குழந்தை இல்லாமலிருந்து ஒரு குழந்தை பிறந்தால் கிறிஸ்துவ மதத்திற்கு வந்து விடுகிறேனென்று பிரார்த்தனை செய்து, பவா பிறந்த பிறகு கிறிஸ்துவ மதத்தை கைகொண்ட அம்மா ஏனோ கார்த்திகை தீபத்தன்று மட்டும் அப்பாவைத் திட்டிக் கொண்டேயிருப்பதை பார்த்திருக்கிறேன். அந்த சீற்றம் புரிந்ததேயில்லை.

எங்களுக்குத் திருமணமாகி சில வருடங்களுக்குப் பிறகான ஒரு காலையில் விபத்தில் அடிபட்டு கடைசி நொடியை நோக்கி தன்னை நகர்த்திக் கொண்டிருந்த நேரத்தில், கம்யூனிஸ்ட் கொள்கைகளால் ஈர்க்கப்பட்ட பவாவைக் கூப்பிட்டு, ‘‘பவாய்யா எனக்காக கடைசி வரை ஒண்ணு செய்வியாடா?’’ என்று கண்ணோரம் நீர் கசிகிறார்.

‘‘உங்க யாருக்கும் தெரியாம இத்தனை வருஷமா நான் திருவண்ணாமலை தீபத்திற்கு நெய்குடம் கட்றேன்டா,எனக்காக நீ இதை தொடர்ந்து செய்வியா?’’ என்று கேட்டு அந்த நாத்திக தகப்பன் மேலும் நெக்குறுகிறார். தான் ஏற்றுக்கொண்ட கொள்கையில் பிசகவே கூடாது என்று வளர்த்த தந்தையின் உதட்டுக் கோணலையும் எதிர்பார்ப்புமிக்க கண்களையும் ஏறிட்டுப் பார்த்து எந்த தயக்கமுமின்றி, ‘‘கண்டிப்பா செய்வேன்பா, இந்த வருடத்திற்கானதை இப்பவே செய்றேன்’’ என்று அப்பாவை நிம்மதியுறச் செய்தது ஒரு தீப நாளாயிருந்தது.

அன்று மாலை நானும் அப்பாவும் தனித்து விடப்பட்டோம். மணி சரியாக ஐந்து ஐம்பது. பிறந்து நாற்பது நாள் குழந்தையான என் மகன் வம்சியோடு அப்பாவின் அறைக்குச் செல்கிறேன்.

குழந்தையைப் பார்த்து. ''அழுதாகூட எங்குரல கேட்டா அப்படியே அமைதியாயிடறான்மா, இல்லடா அய்யா?'' என்று தன் வலி மறந்து அவனைப் பார்த்து சிரிக்கிறார்.

''ஆமாப்பா, இன்னக்கி மலைல தீபம் ஏத்தறாங்கப்பா, நான் போய் பாத்திட்டு வந்திடட்டுமா?''

''போய் வாம்மா''

அன்று மொட்டைமாடிக்கு குழந்தையோடு போய் சேரவும் தீபம் ஏற்றவும் சரியாக இருந்தது.

தீபம் பார்த்துவிட்டு அப்பா தனியாக இருக்கிறாரே என்று அவசரமாய் கீழே வந்து, ''அப்பா தீபம் ஏத்திட்டாங்கப்பா'' என்கிறேன்.

''அப்படியா சந்தோஷம்மா'' என்று தன் வாழ்வின் கடைசி வார்த்தைகளை என்னிடம் உச்சரிக்கிறார். எட்டு பத்தாண்டுகள் ஏதேதோ பேசிய, உத்தரவிட்ட, கசிந்த, கோபித்த, ஏங்கின, தொனியடங்கிய, இளகின, கனிந்த, உறவின் மேன்மையைச் சொன்ன சொற்கள் அதோடு முடிவிற்கு வருகிறது. அதை இறுதியாய் கேட்கும் பாக்யசாலி நானாகிறேன்.

ஒரு தீபத்தன்று நம்பிக்கையின் பொருட்டு மீண்டு வந்து, அதன் பிறகான பல வருடங்களுக்குப் பிறகு அதே தீப நாளில், தூங்குவது போல கண்மூடி இவ்வுலக உறவைத் துண்டித்துக்கொள்கிறார். இந்த இணைப்பையெல்லாம் இட்டு நிரப்ப என் வார்த்தைகள் வலுவற்று கிடக்கிறது..

மீண்டும் நான் ஆழ்கிணற்றுக்குள்ளிருந்து கயிறு பிடித்து மேலேறி வரும்போது பாதியில் அறுபட்டு தலை குப்புற நீரில் விழுந்தமிழும் மனுஷியானேன். அதற்குப் பிறகு என்னிடம் எந்த எதிர்பார்ப்புமில்லை. நான் எந்த அப்பாவின் ஆறுதலுக்காகவும் ஏங்கவில்லை. அன்பை யாசித்து யாரிடமும் நிற்கவில்லை.

இலக்கியத்தில் அதிக ஈடுபாட்டுடன் செயல் பட்டுக்கொண்டிருக்கும் எனக்கு எழுத ஆர்வம் வருகிறது. சொந்தமாக எழுத ஏற்பட்ட தயக்கத்தை மொழிபெயர்ப்பு இட்டு நிரப்புகிறது. என் மொழியாக்கம் பிடித்து தமிழ் வாசகப்பரப்பில் நான் பலருக்கு ஸ்நேகிதியாகிறேன். அக்காவாய், அண்ணியாய் மாறுகிறேன். பலருக்கு தாயுமாகிறேன். ஆனால் ஒருவருக்கு மட்டுமே நான் மகளாகிறேன்.

கே.எஸ்.சுப்ரமணியன் என்ற பழுத்த மனிதர் அவர், தீவிர வாசகர், ஆசிய வளர்ச்சி வங்கியின் முன்னாள் மேலாளர், ஜெயகாந்தனின் ஆத்மார்த்த நண்பர், அவருடைய எல்லா புத்தகங்களின் ஆங்கில மொழிபெயர்ப்பாளர், என் "சிதம்பர நினைவுகள்" புத்தகத்தைப் படித்துவிட்டு என்னை மகளாய் ஸ்வீகரித்துக் கொண்டார். அந்த புத்தகத்தைப்படித்தவுடன் அவள் மீது மகளுக்கான வாத்சல்யம் எனக்கு ஏற்பட்டது என்று நெகிழும் தகப்பனைப் பெற்ற பாக்யசாலியானேன்.

அதற்கும் மேலாய் தன் மரணம்வரை என்னை மகளாய் வரித்துக் கொண்ட இந்திய சினிமாவின் ஒளிப்பதிவு மேதை பாலுமகேந்திராவின் பிரியத்திற்கு என்இன்னொரு வாழ்நாளை ஒப்புக் கொடுத்தாலும் ஈடேறாது. சினிமாவைப் பார்த்து ரசிக்க மட்டுமே தெரிந்த என்னை எந்தப் புள்ளியில் இணைத்து மகளாக்கினார் என்று பலரைப் போலவே எனக்கும் இன்றுவரைத் தெரியாது. ஆனால் அவருக்கு இணையான அன்பு உண்டு என்னிடமும்.

அது அவருடைய மரணத்திற்குப் பிறகு அஸ்தியை மூன்றாகப் பிரித்து ஷங்கி மகேந்திராவிடமும் மகனாய் வரித்துக் கொண்ட இயக்குனர் பாலாவிடமும் மகளாய் அவர் ஏற்றுக் கொண்ட என்னிடமும் தரப்பட்டது. அதைப் பலருக்கு உரமாய் பல விருட்சங்களுக்கு வேராய் மாறிட எங்கள் நிலத்து மண்ணுக்குள் ஊன்றி வைத்திருக்கிறோம்.

இத்தனை வருட அலைவுறுதலையும் உள்ளடக்கின ஒரு காலையில் முகநூலில் கையோட்டிக் கொண்டிருந்தபோது பார்வையில் பட்ட ஒரு புகைப்படம் காட்சியை மறைக்கிறது. விழி நீர் துடைத்து மீண்டுமாய் அதைக் கூர்ந்து பார்க்கிறேன். மகன் வம்சியின் கறுப்பு வெள்ளைப் புகைப்படம் அது. பதினேழு வயதில் என் அப்பா எப்படி இருந்தாரோ அதே போன்ற தோற்றத்தில் வம்சி. திரும்ப திரும்ப அதை நகர்த்தி என் அப்பாவை மீட்டெடுக்கிறேன்.

இந்த விசித்திரங்களுக்கெல்லாம் எப்போதும் யாரிடமும் பதிலில்லை. நெகிழ்வும் கண்ணீரும் மட்டுமே.

என் தனியான பயணம்...

கருப்பு சாலையின் கோரப் பசிக்கு என் தங்க மகனைத் தின்னக் கொடுத்த வலி பொறுக்க முடியாமல் இன்னும் குருதி சொட்டும் மனதோடு அலைவுறுகிறது என் மீதமிருக்கும் நாட்கள். இருபது வருடங்கள். அந்த தார் சாலையின் கருப்பு கணம் என்னில் ஏறி அமர்ந்து மூச்சு திணறிக் கொண்டிருக்கும் நாட்களில்தான் நான் இன்னும் வாழ்கிறேன். ஆனால் ஒருபோதும் அதிலிருந்து வெளிவர யோசித்ததுமில்லை, முயன்றதுமில்லை. காலமும் என் பிள்ளைகளும் என்னை தங்கள் செட்டைக்குள் வைத்து தாங்குகிறார்கள்.

இந்த இருபது வருடங்களாய் நான் அந்த கருப்பு சாலையை தனியாக கடக்கத் துணிந்தவளில்லை. என்னால் முடிந்ததில்லை. என் தைரியம், பூர்ணதையான சிரிப்பு, மற்றவர்கள் நம்பும் எனக்குள்ளிருக்கும் ஆளுமை எதுவுமே ஒரு சாலையைக்கடக்க எனக்கு உதவியதில்லை. கடக்க நேரும் பொழுதுகளில் கைகள் என்னையுமறியாமல் பக்கத்திலிருப்பவரின் கைகளை ஆதூரமாய் பற்றிக் கொள்ளும். மனம் பதற மட்டுமே நான் அதைக் கடந்திருக்கிறேன்.

இந்த மனநிலையின் வாசலில் அதன் நினைவுகளின் தாழ்வாரத்திலேயே நின்றிருந்த நான் அதிலிருந்து ஏதோ சில நொடிகளில் வெளியேறி விடத் துடித்த நாட்களின் இடைவெளியில் நிறைய வாசிக்கவும் கொஞ்சம் எழுதவும் ஆரம்பித்திருந்தேன். அப்படி நான் மொழிபெயர்த்த "கதை கேட்கும் சுவர்கள்" என்ற புத்தகத்தை முடிக்கும் தருவாயிலிருந்த நேரம். அந்த புத்தகத்தில் வரும் உண்மை சம்பவத்தில் உமா பிரேமன் என்ற என் ஸ்நேகிதி தன் எட்டு வயதில் அம்மா வேறு ஒரு ஆணுடன் போய்விட ஐந்து வயது தம்பிக்கும் அப்பாவுக்கும் தாயாகிறாள். அன்றிலிருந்து வாழ்க்கை ஒரு வேட்டை நாயைப் போல அவளைத் துரத்துகிறது. அது தன் பதினெட்டு வயதில் மீண்டும் அம்மாவிடம் சேர்த்து, அம்மா தன் காதலர்களில் ஒருவருக்கு உமாவை விற்றுவிட, எல்லா சந்து பொந்துகளும் அடைக்கப்பட்டு வளையை விட்டகல முடியாத எலி மாதிரி தன்னை வாங்கிய ஆளுடன் வாழப் பழகிக் கொள்கிறாள். அவனுடைய மரணம் மட்டுமே தனக்கான விடுதலையாக இருக்கும் என்று வாழ்ந்து கொண்டிருக்கும் உமாவுக்கு என்ன நேர்ந்தது? ஏன் அப்படி தன்னை வஞ்சித்த பிரேமனை அவனுடைய மரணத்திற்குப் பிறகு உமா அதீதமாக நேசித்தாள்? இப்போது அவள் யாராக அறியப்படுகிறாள்? எந்த உயரத்தை எட்டிப் பிடித்திருக்கிறாள்? என்பதுதான் "கதை கேட்கும் சுவர்கள்"

இந்த புத்தகத்தின் மொழிபெயர்ப்பு வேலைகள் நடந்து கொண்டிருக்கும்போதே உமாவிடம் 'இந்த புத்தகத்தை துபாயில் வெளியிடலாமா உமா' என்று மிகச்சாதாரணமாக் கேட்டேன். பலரும் கைவிடப்பட்ட, அதாவது வீடும் உறவும் மருத்துவமும் கைவிடப்பட்ட பல நோயாளிகளை துபாயிலிருந்து கேரளாவிற்குக் கொண்டு வந்து அமைதியாய் மரணம் வரை பார்த்துக் கொள்ளும் உலக மக்களுக்கான தாய்மை உமாவிடம் கை வரப் பெற்றிருக்கிறது. அதன் பொருட்டு உமா மாதத்தில் இரண்டு மூன்று முறையாவது துபாய் போய் வரும்

உருவமற்ற என் முதல் ஆண்

பழக்கத்தை வழக்கமாக்கியிருந்தாள். கனவுகளை இமைகளில் படர விட விரும்பாத உமா, நான் கேட்டவுடன் , ‘அதுக்கென்ன ஷைலஜா போலாமே’ என்ற நிமிடங்கள் நடக்குமென்று நினைக்கவில்லை. அதற்கிடையில் தனியாக போக பயந்து, ஏதாவது காரணம் கிடைத்து இது நடக்காமல் போய் விடக்கூடாதா என்றொரு மனநிலையும் எப்படியும் போய் விட வேண்டுமென்ற மனநிலை ஒருபுறமுமாய் சில நாட்கள் கழிந்தன.

மகள் மானசியும் மகன் வம்சியும் எப்படியும் என்னை அனுப்பிவிடுவது என்பதில் மிக ஆர்வமாயிருந்தார்கள். ஒரே ஒரு பயணம் அதுவும் தனியான வெளிநாட்டுப் பயணம், வாழ்வை எப்படி மாற்றிவிடுகிறதென்று பாருங்கள். எப்போதும் யாருடனாவது போய் மற்றவர்களின் வழித்தடத்தில் மட்டுமே நடக்கப்பழகிய நீங்கள் இந்த முறை தனியாக உங்கள் பாதத்தை நீங்கள் விரும்பும் பாதையில் நடந்து போய் பாருங்கள், அது வாழ்வின் அழகை, உங்களுக்கு கை குவிப்பில் பொத்தி எடுத்து வந்து தரும் என்று ஒரு புறம் உந்தித் தள்ளினார்கள்.

கடந்த 36 வருடங்களாய் நடக்கும் ஷார்ஜா புத்தகக் கண்காட்சியில் தமிழே இடம் பெற்றதில்லை என்ற தகவலும் இப்போது முயற்சி செய்தால் நாம் தமிழுக்கென்று ஒரு இடம் பிடிக்கலாம் என்றும் நண்பர் நந்தகுமார் போகிற போக்கில் சொன்ன தகவல் வேறு என்னை ஷார்ஜா போவதற்கான இன்னொரு காரணத்தைக் கொண்டு வந்து சேர்த்தது.

அதன் பிறகு நடந்தவை எல்லாம் ஒவ்வொரு நாளும் அதிசயங்களை நிகழ்த்தியவண்ணமே இருந்தது.

ஷார்ஜா புத்தகக் கண்காட்சிக்கு போவதென்று முடிவுசெய்து நான் என் நண்பர்கள் டிஸ்கவரி புக் பேலஸ் வேடியப்பன், தடாகம் பிரவீனாவிடம் பேச ஆரம்பித்தேன். உடன் சிக்ஸ்த் சென்ஸ் பதிப்பக நண்பர்களும் இணைந்து கொண்டார்கள். மூன்று மாத தொடர்

போராட்டத்திற்கு பிறகுதான் ஷார்ஜா சர்வதேச புத்தகக் கண்காட்சியில் ஒரு அரங்கு கிடைத்தது. அந்த நிமிட சந்தோஷத்திற்கு அளவே இல்லை. நாங்கள் நான்கு பேரும் சேர்ந்து ஒரு அரங்கை எடுத்தோம். ஒரு மாதத்திற்கு முன்பே புத்தகங்களை அனுப்பினோம்.

உமா எனக்கான விசா, டிக்கெட் எடுக்கும் வேலைகளில் மும்மரமாக இருந்தார். இந்த வேலைகள் நடந்து கொண்டிருக்கும்போது உமாவிற்கு ஒரு எளிமையான ஆசை வந்தது.

"ஷைலு, ஷார்ஜா புத்தக கண்காட்சிக்கு பிரகாஷ் ராஜ் வராராம். அவரை வைத்து புத்தகத்தை வெளியிடலாமா?"

"கண்டிப்பாக உமா, அவரே வெளியிடுவார். கவலையே படாதீங்க" என்று சொன்னபோது என் கண் முன் நண்பர் த.செ.ஞானவேல் மட்டுமே தெளிந்து வந்தார்.

அப்படியே அவரிடம் தொடர்புகொண்டபோது, நான் நிச்சயமா அவரை வரச் சொல்றேன், இது மாதிரியான முக்கியமான புத்தகங்களை சார் எப்பவுமே ஆதரிப்பார் என்று சொன்னதோடு நிற்காமல், 'நீங்கள் உங்களைப்பற்றி, உமாவைப்பற்றி, புத்தகத்தைப்பற்றி மூன்று சுருக்கங்கள் எழுதி சாருக்கு அனுப்புங்கள். அவருக்கு தமிழ் வாசிக்கத் தெரியாததால் ஆங்கிலத்தில் வாசித்துவிடுவார், சரியான நேரத்துக்கு வந்து விடுவார்' என்றும் சொன்னார். அது அவ்விதமேயானது.

உமாவின் சந்தோஷத்திற்கு அளவேயில்லை. எவ்வளவோ உயரத்தை எட்டிப் பிடித்திருந்தாலும் அவளின் எளிமை, வேரையும் சேர்த்துப் பிடித்திருக்கும் மண்ணை மறக்காத இளம்சூட்டை பகர்ந்து தருகிற தன்மை என்னை மேலும் ஆச்சரியப்படுத்தியது. அதன் நீட்சியாய் தன் வாழ்வைத் தகவமைத்துக் கொண்ட முத்தரசியின் வீட்டில் மதியம் சாப்பிட்டுவிட்டு கோயம்புத்தூரிலிருந்து கொச்சின்

பன்னாட்டு விமான நிலையத்திற்குப் பயணம் தொடங்கியது. மூன்று மணி நேர பயணத்தில் கொச்சினை அடைந்தோம். ஏதேதோ பேசி என் பரவசத்தை குறைத்துக் கொண்டேன். இப்போதெல்லாம் முகநூலில் அதிகமாய் எழுதி மெஸஞ்ஞரில் அதிகமாய் பேசும் பவா எனக்கான வாழ்த்து செய்தியாய் மிக நீண்ட கட்டுரையை அனுப்பியிருந்தார். மனசே கனத்து போனது. அதிலிருந்து விடுபடுவதற்குள் விமான நிலையம் வந்து விட என்னுடன் வந்த மகன் சிற்றரசனை ஒரு எல்லைக்கோட்டோடு நிற்க சொல்லிவிட்டார்கள். அவன் முகத்தில் சட்டென உறவைத் துண்டித்தது போலான தவிப்பு. பல்லாயிரக்கணக்கான வால்ட்ஸ் வெளிச்சத்தில் அந்த விமான நிலையம் என்னை மிகவும் சில்லிட வைத்தது.

ஆனால் விமான நிலையம் முழுவதும் தன் வீட்டின் விரிவாக்கப்பட்ட பகுதி போல சுற்றித் திரிந்து, ‘என்னோட லக்கேஜ்லயே உங்களோடதும் போட்டுக்கோங்க, ஃபிரீயா கையை வீசிட்டு வாங்க ஷைலு’ என்று எல்லா செயல்முறைகளும் முடித்து ஒரு கடுங்காப்பி குடித்து லாபியில் உட்கார்ந்து புகைப்படம் எடுத்துக் கொண்டு உடனே முகநூலில் பதிவேற்றி வாழ்த்துக்கள் பெற்று விமானத்தில் முதல் ஆளாய் உள்ளே போய் சீட் பெல்ட போட்டு சிறிது நேரத்தில் வந்த சாப்பாட்டை சாப்பிட்டு என்னை தூங்க வைத்து என எல்லாவற்றிலும் உமாவிடம் ஒரு தாய்மையை தரிசிக்க முடிந்தது. என்னுடைய பைகள் ஸ்கேன் செய்யப்பட்டு வரும்போது அவர்களுக்கு புரியாத பொருள் எதற்கு இத்தனை வளையல்கள் என்பதுதான். அதுதான் நம் அடையாளம் என்பதை எப்படி அவனுக்கு புரியவைக்க? ஆனால் அது கண்ணாடி வளையல்கள் தான், துளிகூட தங்கமோ வைரமோ இல்லை என்பது முடிவாகும்வரை அவனுக்கு குழம்பி தவித்தே போய்விட்டான்.

மண்ணிலிருந்து உயர்ந்து வெளிச்சம் புள்ளிகளாய் மாறி, பல ஆயிரம் அடிக்கும் கீழே இருக்கும் பிள்ளைகளை மனம் ஏனோ அடிக்கடி நினைத்துக் கொண்டது. நான் எத்தனை உயரத்தில் பறந்தாலும் என் பிள்ளைகள் கட்டிவிட்ட பட்டம் அது. அவர்களின் தாங்கலில்தான் என் இறகுகள் பறந்து கொண்டிருந்தன. கட்டி அணைத்து முத்தமிட்டுக் கரையத் தோன்றிய முகநூல் பதிவு வரிகள் கண்ணில் நீரை வரவழைத்தபடியே, பூமியின் ஏதோ ஒரு புள்ளிக்கு நிலை குத்தின பார்வையையும் சுமந்தபடி விமானம் இன்னுமின்னும் வேகமெடுத்ததை ரசிக்க ஆரம்பித்தேன். மின்மினிபூச்சிகளாய் மினுங்கின வெளிச்சங்கள் கும்மிருட்டாய் மாறி கண்களை மெல்ல உறக்கத்தை நோக்கி இழுத்துக் கொண்டு போய் என்னை மறக்க ஆரம்பித்திருந்த நேரம்.

சிரிப்பை ஒட்டவைத்த அழகிகளின் உதட்டசைவில் வந்த சொற்களுக்குக் கட்டுப்பட்டு நிமிர்ந்து பார்த்து சூழலை அவதானித்தபோது உமா தூக்கத்திலிருந்து எழுந்து, ''அது ஏதோ ஒரு தொந்தரவு இருக்காம் ஃபிளைட்லன்னு சொல்றாங்க, வேற ஒண்ணும் இல்ல, பயப்பட வேண்டாம்'' என்று சொல்லிவிட்டு மீண்டும் உறக்கத்திலாழ்ந்தபோது தமிழ்நாட்டின் வயல்களும்,மண்ணும்,என் சின்ன மகளின் கண்ணுக்குள் தெளிந்து வந்த அன்பும், ''அம்மா நீங்க ஒரு வெளிநாட்டு பயணம் போயிட்டு வந்தா எப்படி இருப்பீங்க பாருங்கம்மா'' என்று இதயத்தின் அடியாழத்திலிருந்து வந்த பெரும் வார்த்தைகளும் பக்கத்தில் கேட்டன. ஆனால் என் கற்பனா சக்திக்கெல்லாம் ஏது வடிவம் கொடுக்காமல் விமானம் பத்திரமாய் தரை இறங்கி இதோ இதை எழுதிக் கொண்டிருக்கிறேன்.

இரவு ஒன்றரை மணிக்கு துபாய் விமான நிலையம் பகல் போல இயங்கிக் கொண்டிருந்தது. சாயமேற்றப்பட்ட உதடுகளும்

அழகூட்டப்பட்ட கண்களுமாய் கறுப்பு பர்தா போட்ட பெண்களும் வெள்ளை அங்கி அணிந்த ஆண்களும் பரபரப்பாய் வேலை செய்துகொண்டும் தேவைப்படுபவர்களுக்கு உதவியாயும் அதே சமயம் லேசாய் பயமுறுத்தவும் செய்தார்கள். பாம்பு சமீபிக்கும்போது இசை கேட்கும் என்ற தமிழ் சினிமா பாரம்பரியத்தில் வளர்ந்த நாம் இதற்கெல்லாம் பயப்படாமல் இருந்தால் எப்படி?

விமான நிலையத்தின் வெளியே நான்கைந்து கார்களில் உமாவின் கேரள நண்பர்கள் வரவேற்க காத்திருந்தார்கள். எல்லோரையும் அறிமுகப்படுத்தி நள்ளிரவு மூன்று மணிக்கு எழுத்தாளரும் தம்பியுமான அய்யனார் விஸ்வநாத்தின் வீட்டில் என் கூட்டை கை மாற்றினார்கள். ஒரே கருவறையில் பிறந்த சந்தோஷத்துடன் அய்யனாரும் மனைவி கல்பனா, குழந்தைகள் என அந்நேரம் விழித்திருந்து, பேசிப்பேசி ஒரு கடுங்காப்பி குடித்து சோர்ந்து தூங்கப்போகும்போது நேரம் விடிகாலை நான்கரை மணியாகியிருந்தது. நன்றாக தூங்கி, மீண்டும் தூங்கி என என் முதல் நாளை நோய்மைக்கு தின்னக் கொடுக்காமல் விட்டுக் கொடுத்திருந்தேன்.

மாலையில் சிறிது நேரத்திற்கு முன்பே வேலையை விட்டு வந்த அய்யனார் புத்தகக் கண்காட்சிக்கு தயாராக இருந்த என்னை அழைத்துக்கொண்டு ஷார்ஜா பன்னாட்டு புத்தக கண்காட்சிக்கு போனார். இந்த ஊரில் யாருமே இரு சக்கர வாகனம் வைத்திருக்கவில்லை. எல்லோருக்கும் ஒவ்வொரு கார் வீதம் வீட்டிற்கு இரண்டிலிருந்து நான்கு கார்கள் வைத்திருந்தார்கள். சாலையில் எங்கும் டோல்கேட் இல்லை. சில இடங்களில் மேலே இருக்கும் கம்பியைத் தாண்டும்போது அய்யனாரின் அலைபேசிக்கு ஒரு சத்தம் வருகிறது. அவ்வளவுதான். டோல்கேட்டில் தேவையான பணம் அவரின் வங்கிக் கணக்கிலிருந்து கழிக்கப்படுகிறது. காத்து நிற்கும் எரிச்சலில்லை, டோல்

பார்த்தால் வரும் கோபமில்லை, டோலில் கொய்யா, மாங்காய், நிலக்கடலை, பனங்கிழங்கு, மல்லிப்பூ விற்கும் ஆட்களின் ஸ்நேகமில்லை. ஆனால் எல்லா இடங்களிலும் பணம் சாமானியனிடமிருந்து வசூலிக்கப்படுகிறது.

புத்தகக் கண்காட்சி அரங்கு நெகிழ்வின் உச்சத்துக்கே என்னைக் கொண்டு போனது. இத்தனை நாள் வர ஆசைப்பட்டு, கனவு கண்டு, எவ்வளவோ தடைகளைக் கடந்து, போக மாட்டோமா என பயந்து எல்லாவற்றையும் தாண்டி இந்த வெண்பனி மணலில் கால் பதித்த நிமிடம் நிஜமாகவே அலாதியானதுதான்.

லட்சக்கணக்கான வாசகர்களை உள்ளடக்கின கண்காட்சி எத்தனை அமைதியாக, புத்தக வாசனையை நுகரச் செய்து, குழந்தைகள், பெண்கள், ஆண்களென மிகவும் சிரத்தையுடன் வந்து செல்லும் அரங்கமது!

ஆனால் என்னவொரு தாங்க முடியாத சோகம் தெரியுமா? மாலையில் தொடங்கவிருந்த கண்காட்சியின் தொடக்கவிழா மன்னரின் வேலை பளு காரணமாக என்னிடம் சொல்லாமலேயே அவர் புத்தகக் கண்காட்சியை காலையிலேயே திறந்து வைத்துவிட்டு போயிருந்தார். கடல் கடந்து, கனவு சுமந்து இப்படி ஒரு பெண் வந்திருக்கிறாள் என்பது அவருக்கு தெரிய நியாயமில்லை. நாம் தூங்கும் நேரத்தில் பெய்துவிட்டு போன இரவு மழையைப்போல எந்த சந்தடியையும் மிச்சம் வைக்காமல் திறப்புவிழா முடிந்து போயிருந்தது.

அந்த பிரம்மாண்ட அரங்கம் முழுவதும் கேரள மக்கள் வியாபித்திருந்தார்கள். 'கடவுளின் சொந்த நாட்டின்' எல்லையை அவர்கள் கடல் கடந்து காணிக்கல் நட்டு நிர்மாணித்திருந்தார்கள். கேரளாவின் புகழ்பெற்ற பல பதிப்பகங்கள் வரிசை வரிசையாக புத்தக அரங்குகளை எடுத்திருந்தது. ஒரே பதிப்பகம் இருபது

கடைகளையெல்லாம் வரிசையாக எடுத்திருப்பதைப் பார்த்து அதிசயித்து நின்றேன். பத்து பேரில் ஐந்து பேர் மலையாளிகள். மீதமிருக்கும் ஐந்து பேர்களில்தான் அரபிகளும் இந்தியாவின் மற்ற மாநிலத்தவர்களும் அடக்கம். இந்த கண்காட்சியையே அவர்கள்தான் தீர்மானிக்கிறார்கள். அவர்களை செட்டைக்குள் வைத்து அமீரகமும் தாங்குகிறது.

மிகப்பெரிய அரங்குகள் அத்தனை அழகாக குர்ரானுக்கும் பழமையான புத்தக பிரதிகளுக்கும் ஒதுக்கப்பட்டிருந்தன. என்னை மிகவும் ஈர்த்த அரங்கு அது. 25 00 000 ரூபாய்க்கு ஒரு நூற்றாண்டு பழமை வாய்ந்த பெரிய புத்தகம் அந்த அரங்கின் பெருமிதத்திற்காய் காட்சிக்கு வைக்கப்பட்டிருந்தது. ஆனால் மிகச் சாதாரணமாக அதை வாங்கிச் செல்லும் அரபி ஷேக்கின் மனம் கௌரவத்திற்காய் மட்டும் இயங்கவில்லை.

தமிழ் அரங்கு இப்போதுதான் தன்னை ஸ்தாபித்திருந்தாலும் பார்வையாளர்கள் வந்தபடியே இருந்தார்கள். முதல் விற்பனையாக 'அறம்' புத்தகம் வாசகரின் கைகளுக்கு இடம் மாறியபோது நெகிழ்விலும் பெருமிதத்திலும் மனம் விம்மியது.

வீட்டிற்கு வரும் வழியில் அய்யனார் பேசிய நிறைய விஷயங்கள் ஆச்சரியமூட்டியது.

தன் நாட்டு மக்களையும் பிற நாடுகளிலிருந்து தங்கள் நாட்டுக்கு குடி பெயர்ந்த மக்களையும் அவர்கள் மதிக்கும் விதம் அலாதிதான். அரபு நாட்டு மக்களுக்கு அரசு கண்டிப்பாக ஒரு அரசு வேலையும் ,கல்வியும், மருத்துவமும், திருமணத்தின்போது மெஹரும் கொடுத்து தாங்குகிறது. அது நிச்சயம் நம் நாட்டு இலவசங்களல்ல. அப்படி யாருக்காவது ஒப்பிட்டு நோக்கத் தோன்றினால்... என்ன செய்ய முடியும்? அதிகபட்ச பெருமூச்சு மட்டுமே.

புத்தக அரங்கிலிருந்து வெளியே வந்தபோது ஒரு மளையாளிப்பெண், ''உங்கள எங்கயோ பாத்திருக்கேன், இது எனக்கு மிகவும் பரிச்சயமுள்ள முகம்''என்று சிறிது நேரமே யோசித்து கேரளாவின் புகழ்பெற்ற மாத இதழான ''சந்திரிகா'' வில் வந்த மிக நீண்ட நேர்காணலிலிருந்து என்னை மீட்டெடுத்தாள். பரவசப்படுத்திய நிமிடங்கள் அவை.

காரில் ஏறி அமர்ந்த நிமிடங்களில் கோயம்புத்தூரிலிருந்து மகள் நிரந்தரா என் தகவல் பெட்டியை நிறைத்திருந்ததை பார்த்தேன். அது அவளுக்கும் எனக்கும் மிகவும் பிடித்த ''சர்மிஷ்ட்டா'' என்ற என்.எஸ்.மாதவனின் மொழிபெயர்ப்பு சிறுகதை தொகுப்பு. அதை உச்சமாய் சிலாகித்து எழுதியிருந்தாள். அது அப்படி சிலாகிக்க வேண்டிய தொகுப்புதான், மாதவன் அப்பபடிப்பட்ட படைப்பாளியும்தான்.

மறுபடியும் என் விரல்கள் மேல் நோக்கிப் போக ஒரு குரல் வழி செய்தி இப்படியாகப் போகிறது. ''மேடம் உங்கள ஷார்ஜாவுக்கு அனுப்பிட்டு வாழ்நாள்ல மொத முறையா கதை கேட்கும் சுவர்கள் புக்க படிச்சேன். இந்த ஒரு வருஷமா எங்கயும் போகாம, வீட்டுக்குள்ளேயே உக்காந்து நீங்க எழுதும்போது நீங்க ரொம்ப எளச்சிட்டீங்க மேடம். ஒரு கதை எழுதி மேடம் ஏன் இப்படி எளச்செல்லாம் போறாங்கன்னு யோசிப்பேன் மேடம், ஆனா அந்த புக்க படிச்சாதான் மேடம் தெரியிது. அது அப்படிதான் பண்ணும், இந்த உமாக்கா எவ்ளோ பாவம் இல்ல மேடம், இனி அவங்க நல்லாயிருப்பாங்க மேடம்'' என்று முடிகிறது. எனக்கு ஆச்சரியம் தாங்கவில்லை. அந்த குரலுக்கு சொந்தக்காரன் சுகந்த்ராஜ். என் அலுவலகத்தில் பனிரெண்டு வருடங்களாக வேலை பார்ப்பவன். இதுவரை அவன் வாசித்து நான் பார்த்ததில்லை. இப்படி பேசியும் நான் அறியேன். கதை கேட்கும் சுவர்களுக்கான முதல் மற்றும் எளிமையான வாசகன்.

நெகிழ்ச்சியின் உச்சியிலேயே என் பயணம் அமைதியாக கண்மூடி சாலைகளைக் கடந்தது. அதை கலைப்பதாக என் அலைபேசி மெல்ல சிணுங்கியது. அந்தப்பக்கமிருந்து ரேடியோ FM நாகா நடக்கவிருக்கும் புத்தக வெளியீடு பற்றியும் என் படைப்புகள் பற்றியும் நேரலையில் வாசகர்களோடு பேச சொன்னது எனக்கு மேலதிகமாய் பார்வையாளர்களை கொண்டு வந்து என் நாளை நிறைவுற செய்தது.

மறுநாள் முழுக்க ஊர் சுற்றல். மனம் ஒட்ட மறுத்த மால்கள், கட்டிட கலையின் உச்சம், உருவாக்கப்பட்ட நீர் நடனம், மனசு நிறையாத சாப்பாடு, கொஞ்சமே கொஞ்சம் ஷாப்பிங் எனப்போனது.

அடுத்த நாள் தம்பி அய்யனார் வீட்டில் ஏற்பாடு செய்திருந்த புத்தக வெளியீடும் கலந்துரையாடலும் மிக சிறப்பானது. ஐம்பது பேர் கொண்ட குழு. எல்லோருமே மிகத் தீவிரமாக வாசிப்பவர்கள். கலந்துரையாடலில் உண்மையிலேயே என் படைப்புகளை வாசித்து விட்டு வந்தவர்கள். அது என்னவொரு சுகம், நம்மை அறிந்தவர்களோடு உரையாடுவதென்பது! நிகழ்வு முடிந்து எல்லோரும் ஒன்று போல புத்தகம் வாங்கி என்னுடன் புகைப்படம் எடுத்து, நல்ல நம்ம ஊர் மட்டன் பிரியாணி சாப்பிட்டு என திருவண்ணாமைலையில் நிகழ்ச்சி நடந்தது போலவே இருந்தது.

நான்காம் நாள் மாலை எங்கள் நிகழ்வு. அன்று காலையிலேயே பதற்றம் தொற்றிக் கொண்டது. திரைக்கலைஞர் பிரகாஷ் ராஜ் கண்டிப்பாக வந்துவிடுவார் என்று எங்களின் பொதுவான நண்பர் த.செ.ஞானவேல் சொல்லியிருந்தாலும் நான் இந்த நிமிடம் வரை அவரிடம் பேசவில்லை. எந்த செய்தியுமில்லை. நிகழ்ச்சியை ஒருங்கிணைத்து முக்கிய விருந்தினர் வரவில்லையென்றால் அது எவ்வளவு பெரிய ஏமாற்றமென்பதும், அதை எப்படி சமாளிப்பதென்றும் இருபது வருடங்கள் இயக்க வேலைகள் செய்த

எனக்கு நன்றாக தெரிந்திருந்தாலும் இது மிகவும் பெர்சலனான என்னுடைய நிகழ்வு என்பதால் பதட்டத்தை தவிர்க்க முடியவில்லை. ஆனால் அத்தனை நேர மனநிலையையும் மாற்றுவது போல ஒரு குறுஞ்செய்தி.

"Sure I will come at sharp 4.00 pm" பிரகாஷ் ராஜிடமிருந்து வந்தகுறுஞ் செய்தி, நிகழ்வுக்கான ஒப்புதல் மட்டுமல்ல, அது அவர் நட்புக்கு கொடுக்கும் மரியாதை, புத்தகங்களை வெறிகொண்டு வாசிப்பதில் உள்ள ஆர்வம், இந்த சமூகத்தின் மேலுள்ள அக்கறை.

மிகச்சரியாக நான்கு மணிக்கு அரங்குக்கு வந்தார். புத்தகத்தை அவர் வெளியிட நண்பர்கள் பெற்றுக் கொண்டார்கள். சிறப்புரையாக அவர் பேசியது இன்னுமின்னும் அப்படியே மனசில் ஒட்டிக் கொண்டது. ஒரு மணி நேரத்திற்கும் மேலாக எங்களோடு இருந்தவர் என் எல்லா புத்தகத்திலும் கையெழுத்திட்டு தந்தார். உமாவை கணப்படுத்தினார். மலையாளத்தில் எழுதிய ஷாபு கிளித்தட்டலை பாராட்டினார். பேசும் என்னை அவதானித்தார். மனசு நிறைந்து லேசாகி பறந்து திரிந்த நிமிடங்கள் எனக்கு வாய்த்தது. இந்த பதிவின் மூலமாக மீண்டுமொரு முறை நன்றி நண்பரே.

நிகழ்வு சிறப்பாக முடிந்த சந்தோஷத்தில் அய்யனார் எங்கெல்லாமோ கூட்டிச் சென்றார். கல்பனாவும் குழந்தைகளும் மிகவும் உற்சாகத்துடன் வந்தது மனநிறைவு.

ஐந்தாம் நாள் மாலை என்னுடன் M.com., ஒன்றாய் படித்த, இப்போது துபாயில் தங்கிவிட்ட சாந்தி தன் மகளோடு வந்து என்னைப்பார்த்தது இந்த பயணத்தின் நெகிழ்வான நேரங்கள். 26 வருடங்களாகியிருந்தது நாங்கள் சந்தித்து. அந்த நாட்களை மீட்டெடுக்க எங்களுக்கு அதிக நேரம் தேவைப்படவில்லை. கைகளிலிருந்து பிணைப்பை விட்டகலாத நேரங்களை சாந்தி

இதயத்துக்குள் பொத்தி வைத்திருந்தாள். அந்த இளம்சூட்டை அப்படியே இந்த நிமிடம்வரை பாதுகாக்கிறேன்.

ஆறாம் நாள் காலையிலிருந்து எனக்கு ஒவ்வொரு மூன்று நிமிடத்திற்கும் ஃபோன் வந்தபடியேயிருந்தது. துபாய், ஷார்ஜாவிலிருந்து யார் யாரோ பேசிக் கொண்டேயிருந்தார்கள். ஒன்றுமே புரியவில்லை.ஆறேழாவது அழைப்பில் நிறுத்தி விசாரித்தேன், எல்லாருமே என் நஜீப் குட்டிப்புரத்தின் நண்பர்கள். நஜீப் என், எங்கள் குடும்பத்தின் என் பிள்ளைகளின் நண்பன். தன் வாழ்நாளை முழுக்க இந்த சமூகத்திற்கு ஒப்புக் கொடுத்தவன். சமூக அவலங்கள் நடக்கும்போது மட்டுமல்லாமல், நம் அரவணைப்பு எங்கெல்லாம் தேவைப்படுகிறதோ அங்கெல்லாம் குடும்பமாய் நண்பர்களாய் போய் நின்று ஆறுதல் அளிப்பவன். நஜீப் என் வாழ்வின் பெருமிதம், அந்த குடும்பத்தின் நட்பு என் வரம். அவருடைய துபாய், ஷார்ஜா நண்பர்கள்தான் தொடர்ந்து பேசிக் கொண்டேயிருந்தார்கள்.

கடைசி நாளுக்கு முந்தின நாள் தோழி ஜசீலா பானு அவள் கணவர் ரியாஸை அழைத்து வந்து என் துபாய் கனவிலொன்றான பாலைவன பயணத்திற்கு அழைத்துப் போனார்கள். அது ஒரு ஜீப். கருப்பும் வெள்ளி நிறமுமான இரண்டு டன் கனமுள்ள ஜீப். முன்னால் உக்கார பயமில்லன்னா வாங்க மேடம், அந்த அனுபவமே தனி என்று அழைத்தார் ரியாஸ். சின்ன சாலையையே கடக்க பயப்படும் நான் அன்று வேறாகி பயமற்றிருந்தேன். முன் சீட்டில் உட்கார்ந்து பயணம் ஆரம்பித்தோம். மெல்ல மெல்ல தூள் மணலில் வண்டி முன்னேறியது. சட்டென நிறுத்தினார். இறங்கி ஜீப்பின் எல்லா டயர்களிலிருந்தும் காற்றை முற்றாக வெளியேற்றினார். இல்லன்னா மணல்ல சிக்கிடும் மேடம் என்றார். காற்றில்லாமல் எப்படி ஓடும் என்ற என் எண்ணத்தை சட்டென மாற்றினார். ஒரு 200 அடி உயரமான மணல் மேட்டில் ஏறி சட்டென கீழே இறங்கி, சுற்றி சுற்றி நகரமே தெரியாத இடத்திற்குப்

போய் வெண்மணல் பறக்குமிடத்தில் நிறுத்தி கால் பதிய நிற்க சொன்னார் ரியாஸ். காற்றே இல்லாத டயர் அவர் சொன்னபடியெல்லாம் கேட்டது. ஈரானிய படங்களில் பார்த்த பாலைவனத்தின் சாகச பயணம் மிகப்பெரிய அனுபவமாக என் வாழ்நாளில் நான் பெறாததும் இனி பெற முடியாததுமாக மாறிப்போனது.

வீட்டிற்கு வந்து சொன்னபோது அய்யனார் ஆச்சரியப்பட்டு போனான்.

''அக்கா எங்களில் சிலரே இப்படி டெசட் சஃபாரி போக பயப்படுவாங்க, உங்களுக்கு தலை சுத்தலியாக்கா?''

''இல்லயே''

''பயமா இல்லியாக்கா, வாந்தி வர மாதிரி...''

''இல்லப்பா, நான் ரொம்ப என்ஜாய் பண்ணேன், மறக்க முடியாத அனுபவம்''

அதிசயித்துபோய் கேட்பதை நிறுத்திக் கொண்டான் அய்யனார்.

கடைசி நாள் அதே மாதிரி உமா வந்து என்னைக் கூட்டிக்கொண்டு விமானம் ஏறி கொச்சின் வந்து இறங்கி கோயம்புத்தூர் வந்தால் வழி முழுக்க பிள்ளைகள் துபாய் மீம்ஸ் போட்டு அமக்களப்படுத்தி சிரிப்பின் உச்சத்தை அடைய வைத்தார்கள். பிள்ளைகளைப் பார்த்தவுடன், குடும்பத்தைப் பார்த்தவுடன் எல்லா வசீகர துபாய், ஷார்ஜா நினைவுகளையும் மீறி ஒரு நிம்மதியும் கதகதப்பான மனநிலையுமடைந்தேன். இதுதான் ஒரு தமிழ் மனசோ? அப்ப என்னிடமிருப்பது மலையாள மனசில்லையா!

நேர்காணல் 1

"மௌனமும் கண்ணீரும் அழுத்தமான சினிமா மொழிகள். அவை என் எல்லா படங்களிலும் இருக்கும்" தன்னிடம் கேட்கப்பட கேள்விக்கு திரைப்பட இயக்குனர் பாலுமகேந்திரா சொன்ன பதில் இது. இதை இலக்கியத்தில் முயன்று கொண்டிருப்பவர் திருமதி கே.வி.ஷைலஜா. பெண்ணின் வலியையும் வலிமையையும் ஒரு சேர தன் படைப்புகளின் வழியே கடத்திக் கொண்டிருப்பவர். மொழிபெயர்ப்பாளர், எழுத்தாளர், பதிப்பாளர், முன்னாள் ஆசிரியர் என பன்முகதன்மை கொண்டவர். கேரளாவை பூர்வீகமாக கொண்டிருந்தாலும் திருவண்ணாமலையில் வேரூன்றி வம்சி பதிப்பகத்தின் மூலம் 400 க்கும் மேற்பட்ட நூல்களை பதிப்பித்து ஐந்து முறை சிறந்த பதிப்பகத்திற்காக மாநில விருது பெற்றிருக்கிறார். கனடா தோட்ட விருது, திருப்பூர் தமிழ்சங்க விருது, கலை இலக்கிய விருது என பல விருதுகளை பெற்றிருக்கிறார். அவருடைய முதல் தொகுப்பான சிதம்பர நினைவுகள் புத்தகத்திலிருந்து ஒரு பகுதி பனிரெண்டாம் வகுப்பிற்கு பாடமாக வைக்கப்பட்டிருக்கிறது. அவரின் பிரத்யேகமான பேட்டி இங்கே.

மொழிபெயர்ப்பு முந்தியதா அல்லது வம்சி பதிப்பகம் முந்தியதா?

மொழிபெயர்ப்பு தான் முதலில் ஆரம்பித்தேன்.

கேரள மாநிலத்தை பூர்வீகமாக கொண்டவர் நீங்கள் என்பது தான் மொழிபெயர்ப்பு துறையை தேர்தெடுக்க காரணமா? எது தங்களை எழுத தூண்டியது? தங்களின் முதல் படைப்பு எப்போது வந்தது ?

இதற்கான பதிலாய் என் மொத்த வாழ்க்கையையும் சொல்ல வேண்டி இருக்கும். கல்லூரி நாட்களில் எல்லோரையும் போல நானும் படைப்பிலக்கியம் சார்ந்து கவிதைகளும் கதைகளும் எழுதிக் கொண்டிருந்தேன். நான் படித்தது வணிகவியல் என்றாலும் அப்போது தமிழ்த்துறை பேராசிரியராய் இருந்த மகாலிங்கம் அவர்கள் என்னை எழுத ஊக்குவித்துக்கொண்டே இருந்தார். அதன் பிறகு மேற்படிப்பை அண்ணாமலை பல்கலைகழகத்தில் படித்துவிட்டு திருவண்ணாமலை வந்த நான் தமிழ்நாடு முற்போக்கு எழுத்தாளர் சங்கத்தின் வழியே முதன்முதலில் பவாவை சந்தித்தேன். அவர் மூலம் திருவண்ணாமலையில் நடைபெற்ற முற்போக்கு எழுத்தாளர் சங்கத்தோடு சேர்ந்து வேலைகள் பார்த்தோம் அப்போது கலந்து கொண்ட ஒரு மாநாடு தான் எனக்கு மிகப் பெரிய திறப்பாக அமைந்தது. என்னை நான் உணர்ந்து கொண்ட ஒரு நிகழ்வு அது. வெறும் சம்பவங்களின் தொகுப்பு ஒரு கதையாகவோ அல்லது சின்ன ஒரு திருப்பம் வைத்து எழுதுவது ஒரு கவிதையாகவோ ஆகாது என்பதை புரிந்து கொண்டேன். நிறைய வாசிக்க வேண்டுமென முடிவு செய்த நான் அன்று என் பேனாவை மூடி வைத்தேன். பாலகுமாரன், சிவசங்கரி, இந்துமதி என்று படித்துக்கொண்டிருந்த நான் தீவிர இலக்கியம் நோக்கி திரும்பினேன். அடுத்த பதிமூன்று வருடங்களுக்கு அந்த பேனா திறக்கப்படவே இல்லை.

நிறைய நூல்கள் படிக்க ஆரம்பித்தேன். பிரபஞ்சனை படிக்க ஆரம்பித்தவுடன் என் மன உணர்வுகள் விரிய ஆரம்பித்தன. அவர் முழுக்க முழுக்க பெண்களை ஆராதிக்க கூடிய ஒருவர். பெண்களின் உன்னதத்தை தன் படைப்புகளில் வழியே கொண்டு சென்றவர். அவர் உலகில், பெண்களை இரண்டாம் தரமாக படைக்கப்பட்ட எந்த ஒரு கதையும் இல்லை. பின் அவரிடம் பேசவும் விவாதிக்கவும் வாய்ப்பு கிடைத்தது. எப்போது தொலைபேசியில் அழைத்தாலும் அவரிடம் இருந்து வரும் முதல் கேள்வியே என்ன படித்தீர்கள் என்பதாகத்தான் இருக்கும். ஆக பிரபஞ்சனிடம் பேசுவதற்காகவே நிறைய படிக்க ஆர்ம்பித்தேன்.

குடும்பம், பொதுவாழ்வு என்பதை தாண்டி இலக்கியத்திலும் ஒத்த கருத்துடையவர்கள் என்ற சந்தோஷத்தில் நானும் பவாவும் திருமணம் செய்து கொண்டோம். அதன் பின் நானும் அவருடன் முற்போக்கு எழுத்தாளர் சங்கத்தில் தீவிரமாக ஈடுபட ஆரம்பித்தேன். முற்போக்கு எழுத்தாளர் சங்கத்தின் நகர செயலாளராக நானும் மாவட்ட பொறுப்பாளராக பவாவும் சேர்ந்து நிறைய இலக்கியவாதிகளை திருவண்ணாமலைக்கு அழைத்து வந்து கூட்டங்கள் நடத்தினோம்.

அப்போது கோவையில் இருக்கும் ஸ்ரீபதி பத்மநாபா என்ற கவிஞர் ‘ஆரண்யம்’ என்ற மாத இதழை நடத்திக் கொண்டு வந்தார். அந்த இதழில் மலையாளத்தில் முக்கிய கவிஞராக விளங்கிய பாலச்சந்திரன் சுள்ளிக்காடு எழுதிய ’சிதம்பர ஸ்மரன’ என்ற நூலின் ஒரு பகுதி மொழிபெயர்த்து வந்திருந்தது. அதில் பாலச்சந்திரன் நடிகர் சிவாஜி கணேசனுடன் மது அருந்திய நிகழ்வை ’மகா நடிகன்’ என்ற தலைப்பில் பிரமாதமாக எழுதியிருப்பார். அது எனக்குள் பயங்கரமான பாதிப்பை ஏற்படுத்தியது. நானும் பவாவும் அவரை முற்போக்கு எழுத்தாளர் சங்கத்தின் சார்பில் நிகழ்ச்சி நடத்த திருவண்ணாமலைக்கு அழைத்து வந்தோம்.

கேரள கவிதைகள், இந்திய கவிதைகள், உலக கவிதைகள் மற்றும் தன் வாழ்க்கை என நான்கு பகுதிகளாக பிரித்து கிட்டதட்ட இரண்டு மணி நேரம் பாலச்சந்திரன் அன்று பேசினார். ஒரு இசையை கேட்பதுபோல் நாங்கள் எல்லோரும் கண்களை மூடியபடி கேட்டுக் கொண்டிருந்தோம். அப்படிப்பட்ட வசீகரமான கம்பீர குரல் பாலச்சந்திரன் அவர்களுக்கு. மிக பெரிய அளவில் அது எங்களைபாதித்தது.

நிகழ்ச்சி முடிந்து அவர் எங்கள் வீட்டிலேயே தங்கினார். மறுநாள் காலை ஒரு குழந்தையை போல் எங்களிடம் வந்து தன்னுடைய முதல் புத்தகமான சிதம்பர ஸ்மரன வின் இரண்டு பகுதிகளை வாசிக்கட்டுமாவென கேட்டார். அவர் வாசித்து முடிக்கும் வரை அப்படியே சிலிர்த்துப் போய் உட்கார்ந்திருந்தோம். அந்த குரலுக்கும் வார்த்தை பிரயோகத்திற்கும் முழுவதும் கட்டுண்டு கிடந்தோம். ஆனால் பிரச்சனை இதற்கு பிறகுதான் ஆரம்பமானது. வாசித்து முடித்துவிட்டு அந்த புத்தகத்தில் 'சினேகத்தோடு ஷைலஜக்கி பாலன்' என எழுதி என்னிடம் கொடுத்துவிட்டார். அப்போது எனக்கு மலையாளம் பேச மட்டுமே தெரியும். படிக்கத் தெரியாது.

எனக்கு பல விசயங்களில் வழிகாட்டியாக இருக்கும் என் அம்மா மாதவி அதை அடுத்த நாளே படித்து முடித்து விட்டார். அதற்குப் பிறகு மெல்ல மெல்ல மலையாளம் வாசிக்கக் கற்றுக் கொண்டு அந்த புத்தகத்தை மொழிபெயர்த்தேன்.

அதன் முதல் பகுதியை பவாவிடம் காண்பித்தேன். கணவர் என்பதை தாண்டி கறாரான விமர்சகரான அவர் அந்த பகுதி நன்றாக வந்திருப்பதாக சொன்னார். அவர் தந்த உற்சாகத்தில் மேலும் சில பகுதிகளை மொழிபெயர்க்க ஆரம்பித்தேன். இதற்கிடையில் நான் பாலச்சந்திரனிடம் மொழிபெயர்க்க அனுமதி கேட்க தாராளமாக செய்யுங்கள் பதிலுக்கு கத்தரிக்காய் புளிக் குழம்பு மட்டும் வைத்து கொடுத்துவிடுங்கள் என சிரித்துக்கொண்டே சொன்னார்.

இப்படியாக என் முதல் மொழிபெயர்ப்பு புத்தகமான 'சிதம்பர நினைவுகள்' 2003 ல் காவ்யா பதிப்பக வெளியீடாக வந்தது. அந்த புத்தகத்திற்கு தமிழ் வாசர்களிடையே கிடைத்த வரவேற்பு என்னை பிரம்மிப்படைய செய்தது. வெளியீட்டு விழாவை கொஞ்சம் தாமதமாக நாங்கள் ஏற்பாடு செய்திருந்தோம் ஆனால் புத்தகம் வெளிவந்த ஒரு மாதத்திற்குள் முதல் பதிப்பின் அத்தனை பிரதிகளும் விற்றுத் தீர்ந்தன. காவ்யா பதிப்பகத்தின் உரிமையாளரான 'காவ்யா' சண்முக சுந்தரம் கூட பெருமையாக பல மேடைகளில் அதை சொல்வார். கிட்டத்தட்ட இந்த பதினைந்து வருடங்களாக சிதம்பர நினைவுகள் என்ற இந்த புத்தகம் தொடர்ந்து எனக்கு புதிய புதிய உறவுகளை பெற்றுத்தந்து கொண்டே இருக்கிறது.

அதற்கு பின் உங்களுக்கு அதிக வாசகர்களை பெற்றுத்தந்த படைப்பு எது?

மம்மூட்டி யின் வாழ்க்கை அனுபவங்களை 'மூன்றாம் பிறை' என்ற நூலாக தமிழில் மொழிபெயர்த்தேன். அது சிதம்பர நினைவுகளை போன்று நல்ல பெயரை எனக்கு வாங்கிக் கொடுத்தது. இயக்குனர் கரு பழனியப்பன் முதல் தமிழ்நாட்டின் முக்கிய நரம்பியல் நிபுணரான திரு பாஸ்கரன் வரை பல வாசர்கள்களை அப்புத்தகம் எனக்கு பெற்றுத்தந்தது.

அதேபோல மலையாள கவிஞர் கல்பட்டா நாராயணன் எழுதிய முதல் நாவலான சுமித்ரா என்ற நாவலும் முகம் தெரியாத பல வாசகர்களை எனக்கு அறிமுகப்படுத்தியது. ஒரு பெண்ணின் இறப்பில் தொடங்கும் அந்நாவலை படித்த பல பெண் வாசகர்கள் தங்களை சுமித்ராவாக உணர்ந்ததாக என்னிடம் சொன்னார்கள்.

கலைத்துறையில் இருக்கும் பலருக்கு இந்த வீட்டோடு ஒரு தொடர்பு இருக்கிறது. எழுத்துதுறைக்கும் கலைத்துறைக்குமான இந்த நெருக்கம் எப்படி உருவானது?

இதன் துவக்கம் என் மாமனார் மாமியாரிடம் இருந்து வந்தது. யார் வேண்டுமானாலும் எங்கள் வீட்டிற்கு வரவும் தங்கவும் முடியும். அப்போதிலிருந்தே இந்த வீடு அப்படியான ஒரு சூழலுடன் இருந்தது. எப்போதும் ஒரு ஐந்து பேருக்கான சாப்பாடு உபரியாக இருந்து கொண்டே இருக்கும். இரவு இரண்டு மணிக்கு கோணங்கியும் ராமகிருஷ்ணனும் வருவார்கள். என் மாமியார் அந்த நேரத்திலும் அடுப்பை பற்ற வைத்து கோழி அடித்து சோறு சமைத்துக் கொடுப்பார்.

என்னுடைய அப்பாவும் இப்படியான ஒரு மனிதராக இருந்திருக்கிறார். பிழைப்பிற்காக தமிழ்நாட்டிற்கு வந்தாலும் கூட வேலைக்கு வருபவர்களுக்கு வீட்டில் சாப்பாடு போடுவார். என் மாமியாரோ மாமனாரோ என்னிடம் நீயும் இப்படி செய்ய வேண்டும் என ஒரு போதும் சொன்னதில்லை. ஆனால் அதை நாங்களாக அவர்களிடம் இருந்து ஸ்வீகரித்துக் கொண்டோம்.

நா.முத்துகுமார் நல்ல கவிதைகள் எழுதும் ஒரு பையனாக எனக்கு அறிமுகமானான். அப்போது அவன் காலேஜில் படித்துக் கொண்டிருந்தான். அவனை நான் தம்பி என்று அழைத்திருந்தாலும் அவன் எனக்கு மூத்த மகனை போல இருந்தான். என்னை உரிமையோடு திட்டவும் அன்பை பொழியவும் செய்வான். அதேபோல் என்னை யார் திட்டினாலும் ஏற்றுக்கொள்ள மாட்டான். சென்னையில் இருந்து கிளம்பும் போதே மீன் குழம்பு செஞ்சு வை அக்கா என போனில் சொல்லி விடுவான். தொப்புள் கொடி வேறு வேறு என்பதுதான் எங்களுக்கு இடையிலான வேற்றுமையாக இருந்தது. அவனுடைய இழப்பு எனக்குள் மிக பெரிய பாதிப்பை ஏற்படுத்தியது.

முத்துகுமார்தான் எனக்கு இயக்குனர் ராமை அறிமுகப்படுத்தியது. முதுகில் ஒரு பெரிய மூட்டையுடன் ராம் ஒரு நாள் எங்கள் வீட்டிற்கு வந்தார். அப்போது அவர் தன் முதல் படமான கற்றது தமிழ் படத்திற்கான வேலைகளில் ஈடுபட்டுக்கொண்டிருந்தார்.

அந்த மூட்டையில் ஒரு தேசாந்திரிக்கு தேவையான அத்தனை பொருட்களும் இருந்தன. இரவு சாப்பிட்டு விட்டு மாடியில் படுக்க சொன்னோம். அதை மறுத்து அவர் மலை சுற்றும் பாதையில் எங்கோ படுத்துவிட்டு காலையில் எழுந்து வந்தார்.

அப்படியான ஒரு மனநிலை கொண்ட மனிதர் அவர். அவரின் எல்லா படத்திற்கும் முழுக்கதையை எங்களிடம் முன்பே சொல்லிவிடுவார்.

நிறைய எழுத்தாளர்களை சந்திக்கவும் பேசவும் அவர்களது படைப்புகளை பற்றி விவாதிக்கவும் செய்திருப்பீர்கள். உங்களை அதிகம் பாதித்த எழுத்தாளர் யார்?

இலக்கியவாதிகளிடம் கேட்கப்படும் மிக கொடுமையான கேள்வி இது. ஒவ்வொரு எழுத்தாளரும் அவர்களுக்கான தனித்தன்மை கொண்டிருக்கிறார்கள். தி.ஜா எழுத்தில் இசையும், வரம்புகளை மீறிய ஆனால் மனம் தேடும் ஒரு உறவும் இருக்கும். பிரபஞ்சன் எழுத்து முழுவதும் பெண்மையும் மனிதமும் கொட்டிக் கிடக்கும். வேல ராமமூர்த்தி ரத்தமும் சதையுமாக எழுதக்கூடிய ஒருவர். கிராவின் நாட்டார் பாலியல் கதைகள் பாலியல் சுதந்திரமற்ற இந்த சமூகத்தில் மிக முக்கிய வடிகால்களாக இருக்கின்றன. ஜெயமோகன் இன்றைய காலகட்டத்தின் மிக முக்கியமான சிந்தனாவாதி. கல்வி சார்ந்த அவரது சிந்தனைகளை தொகுத்து ஒரு நூலாக வம்சியில் வெளியிட இருக்கிறோம். அதில் அவர் இன்றைய கல்வி முறையை கருங்காலி கல்வி என குறிப்பிடுகிறார். அவை ஒருவனை சுயநலவாதியாகவும் அருகில் இருப்பவனை எதிரியாகவும் மாற்றவே செய்கின்றன என்கிறார். ஆனால் வாசிப்பின் மூலமே ஒருவன் இவற்றில் இருந்து மீள முடியும் என்கிறார்.

பெண் படைப்பாளிகளை பொறுத்தவரை கவிஞர்களே அதிகம். அம்பை போன்ற வெகு சிலரே கதைகள் எழுதுகிறார்கள். வணிக

எழுத்துக்களை தவிர்த்து இன்றைய பெண் படைப்பாளிகளில் சந்திரா, உமா மகேஸ்வரி, சு.தமிழ்செல்வி என சிலர் கதைகள் எழுதுவது மகிழ்ச்சியளிக்கிறது.

எழுத்தாளர்களில் சிலர் இடதுசாரி எழுத்தாளர் என முத்திரை குத்தப்படுகிறார்கள். அவர்கள் பற்றிய உங்கள் பார்வை?

நான் குறிப்பிட்ட எல்லோரும் இடதுசாரி சிந்தனை உடையவர்கள் தான். என்னுடைய குறைந்த வாசிப்பினூடாக நான் புரிந்து கொண்டது இடதுசாரி எழுத்தாளர்கள் மற்ற எழுத்தாளர்களை விடவும் கூடுதல் சமூக பொறுப்பும் கடமையும் உடையவர்களாக இருக்கிறார்காள். ஜெயமோகனை வலதுசாரி ஆதரவாளர் என சிலர் குறிப்பிடுவார்கள். என்னை பொறுத்தவரை அவரிடம் ஒரு சிந்தனை மரபு இருக்கிறது. அதன் மேல் நமக்கு விமர்சனங்கள் இருக்கலாம். ஆனால் அதன் காரணமாக அவரின் எல்லா படைப்புகளையும் நாம் நிராகரித்து விட முடியாது. கூடாது. இல்லையெனில் இழப்பு நமக்கே.

எழுத்துத்துறை தாண்டி விவசாயம் செய்து வருவதாக கேள்விப்படுகிறோம். விவசாயத்தில் எந்தஅளவு ஆர்வம் இருக்கிறது?

மிக அதிக ஆர்வம் எங்கள் இருவருக்கும் உண்டு. விவசாயத்தை பொறுத்தவரை நிறைய நஷ்டங்களை சந்தித்தாலும் தொடந்து 12 வருடங்களாக இயற்கை விவசாயத்தையே செய்து வருகிறோம். நெல், நிலக்கடலை, உளுந்து, துவரை மற்றும் அனைத்து காய்கறிகளும் எங்கள் நிலத்திலேயே விளைவித்துக் கொள்கிறோம். பூண்டு, வெங்காயம், உருளைக்கிழங்கு இவை மட்டுமே நாங்கள் கடைகளில் வாங்கும் பொருட்கள். விவசாயம் என்பது பயன் படு பொருளை மட்டும் வைத்து சொல்லி விட முடியாது. மண்ணில் தூங்கி

மண்ணிலிருந்து எழுந்தாலே போதும். ஒரு இரவை நிலத்தில் கழித்தாலே அது கொடுக்கும் உரம் அலாதிதான்.

இன்றைய காலகட்டத்தில் குழந்தைகள் முதல் வயதானவர்கள் வரை பாலியல் வன்முறைக்கு ஆளாகிறார்கள். இது எதனால் என்று நீங்கள் நினைக்கிறீர்கள்?

இதற்கு பல காரணங்கள் இருக்கலாம். நான் முக்கிய காரணமாக நினைப்பது உறவுகளை அணுகுகின்ற, பேணுகின்ற மனதை நாம் தொலைத்து விட்டோம் என்பதே. கூட்டுக்குடும்பங்கள் தனிக்குடும்பங்களாகவும், தனிக்குடும்பங்கள் தனித்தீவுகளாகவும் மாறிவிட்டன. ஒரு 60 வயது முதியவருக்கு பேத்திகளோடு பழகும் சூழல் இன்றும் இருந்திருந்தால் அவரால் மற்ற பெண்களை வேட்கை பொருளாக பார்க்கும் எண்ணம் வராது. நான்கு ஆண்கள் சேர்ந்தால் எந்த பெண்ணை வேண்டுமானாலும் என்ன வேண்டுமானாலும் செய்து விடலாம் என்கிற தைரியமும் திமிரும் குறைபட்ட வீடுகளில் வளர்ந்த பிள்ளைகளுக்குத்தான் வரும். நல்ல குடும்ப சூழலும் இல்லாமல் சினிமா தொலைக்காட்சி கேவலங்களுமாக அவர்களை மேலும் உந்திதள்ளி பெண்களை இச்சையின் வடிகால்களாக பார்க்க வைக்கிறது. இந்த உறவுச்சிக்கல்களே நாம் தினம் தினம் செய்திகளில் காணும் பாலியல் வன்முறைக்கு காரணம் என நான் நம்புகிறேன். எல்லோருக்கும் தெரியும் இந்த வாழ்க்கை நிரந்தரமானது இல்லை என்பது. ஆனால் ஒரு இழப்பிற்கு பின்புதான் நாம் அதை உணர்ந்து கொள்கிறோம்.

இப்படிப்பட்ட சூழலில் குழந்தைகளுக்கும் பெற்றோர்களுக்கும் நீங்கள் சொல்லும் அறிவுரை?

விகடனில் நான் எழுதிய ஒரு கட்டுரையை படித்துவிட்டு ஒரு 80 வயது பாட்டி என்னிடம் பேசினார். அவர் என் கட்டுரையிலிருந்து

குறிப்பிட்ட ஒரு வரிதான் இந்த கேள்விக்கான பதிலாக இருக்குமென்று நினைக்கிறேன்.

இலக்கியம் என்ன செய்யும்?

இலக்கியம் தான் இந்த வாழ்வை அர்த்தப்படுத்தும்.

மனசை கட்டுப்படுத்த, நிதானமாக்க அல்லது வேகப்படுத்த வாசிப்பு உதவி செய்யும். நம் பாட புத்தகத்தில் வாழ்க்கை பிரச்சனைகளுக்கான எந்த தீர்வும் இல்லை. அதை இலக்கியம் ஒருவனுக்கு கற்றுக்கொடுக்கும். படிப்பதற்கான விசயங்கள் தமிழில் ஏராளம் உண்டு. ஆனால் பெற்றோர்கள் குழந்தைகளை மதிப்பெண்களுக்காக மட்டுமே படிக்க அனுமதிக்கின்றனர். இதை நான் பெற்றோர்களின் மனதிற்கான ஊனமென்றே சொல்வேன். பள்ளி முடிந்து மணி அடிக்கையில் அறையில் இருந்து வெளிவரும் குழந்தைகளின் முகத்தில் தெரியும் சந்தோசம் அடைபட்ட கூண்டில் இருந்து வெளிவரும் பறவைகளை போலத்தான் இருக்கிறது. அடுத்த நாள் பள்ளி விடுமுறை என்ற செய்தி அவர்களுக்குத் தரும் சந்தோசத்தை நன்றாக கவனித்தீர்களானால் பள்ளி தரும் நெருக்கடிகளை நீங்கள் புரிந்து கொள்ளலாம். நீந்த தெரிந்த ஒரு குழந்தையை மரமேற சொல்வது தான் இங்கு நடந்துகொண்டிருக்கிறது. இதை மாற்றவில்லை எனில் இந்த சமூகமே ஊனமுற்றதாக மாறிவிடும். பெற்றோர்கள் தன் அந்தஸ்தை, அதிகாரத்தை, உத்யோகத்தை கழற்றி வைத்துவிட்டு ஒரு நண்பனாக அவர்களிடம் பேசுவதான் தீர்வுக்கான வழிவகுக்கும்.

உங்கள் மகள் மானசி சிறு வயதிலேயே 'ஆயிஷா' என்ற புத்தகத்தை ஆங்கிலத்தில் மொழிபெயர்த்திருப்பதாக தெரிகிறது. அது எப்படி நிகழ்ந்தது. அதில் உங்களின் பங்கு என்ன?

என் மகனும் மகளும் சிறுவயதில் இருந்தே படிக்கும் ஆர்வம் கொண்டவர்கள். இயக்குனர் மிஷ்கின் தான் அவர்களுக்கு வழிகாட்டி என்றே சொல்லலாம். நானும் பவாவும் தமிழ் இலக்கியங்களை அறிமுகப்படுத்த நிறைய ஆங்கில இலக்கியங்களை மிஷ்கின் அறிமுகப்படுத்துவார். ஆனால் அவர் ஒரு போதும் குழந்தைகளை உட்கார வைத்து எதை படிக்க வேண்டும் எனச் சொன்னதில்லை. ஒரு பூ பூப்பதைப் போல அது நடந்துவிடும். என் மகள் அப்போது டிவிஎஸ் அகாடெமி பள்ளியில் படித்துக்கொண்டிருந்தாள். கல்வியை நாடகங்கள் மூலமாகவும் இசையின் மூலமாகவும் இலக்கியத்தின் மூலமாகவும் கற்றுக் கொடுக்கும் ஒரு பள்ளி அது. பள்ளியிலே இலக்கியம் படிக்க அனுமதி உண்டு. அப்படி 9ம் வகுப்பில் படித்துக்கொண்டிருந்த பொழுது ஒரு தமிழ் புத்தகம் படிக்க கேட்டாள். எந்த ஒரு உள்நோக்கமும் இன்றி அளவில் சிறியது என்ற காரணத்திற்காக மட்டுமே நான் இரா.நடராஜன் எழுதிய 'ஆயிஷா' என்ற புத்தகத்தை படிக்கக் கொடுத்தேன். அதை அவள் பள்ளியிலேயே படித்து முடித்தாள். அந்த புத்தகம் அவளுக்கு மிக பெரிய பாதிப்பை ஏற்படுத்த அதை ஆங்கிலத்தில் மொழிபெயர்க்க விரும்புவதாக ஒரு நாள் என்னிடம் கூறினாள். அவளின் பள்ளி ஆங்கில ஆசிரியர் சுபாவும் அவள் மொழிபெயர்க்க முக்கிய காரணமாக இருந்தவர். அதை வம்சி பதிப்பகத்தால் வெளியிட முடியுமா என அவள் கேட்க, மொழிபெயர்ப்பு நன்றாக வந்தால் மட்டுமே வெளியிடுவதாக நான் கூறினேன். ஆனால் முதல் வரியிலேயே அந்த மொழிபெயர்ப்பு என்னை அதிகம் ஈர்த்தது. வம்சி பதிப்பகம் மூலம் அந்த புத்தகத்தை வெளியிட்டோம்.

உங்களின் சிறுவயது வாழ்க்கை பற்றி ?

வலிகள் நிறைந்தது என் பால்யகால வாழ்க்கை. அப்பா சாகும் போது அம்மாவின் வயது 20. என் பாட்டி, பாட்டியின் அக்கா, அம்மா,

பிறகு நாங்கள் மூன்று பெண் பிள்ளைகள். இப்படி கண்ணீர் சிந்தும் பெண்கள் மத்தியில் தாய்மாமாவின் அரவணைப்பில் நான் வளர்ந்தேன். எனக்கு கடவுள் நம்பிக்கை இல்லை. அப்படி இருந்தால் நான் அவரை தான் கடவுளாக சொல்லுவேன். விதவையான தாய் வளர்க்கும் பெண்பிள்ளைகள் தவறாக போய்விடக் கூடாது என்பது தான் என் அம்மாவின் கண்ணீர். ஒவ்வொரு நாளும் அந்த போதனைகளைக் கேட்டு வீங்கிப்போன கண்களோடுதான் எங்கள் இரவு விடியும். அதனால் கட்டுப்பாடுகள் வீட்டில் அதிகம். அதுமட்டுமல்லாமல் மழையின் வாசமும் கட்டங்காப்பியும் கேரளாவில் இருந்து திருவண்ணாமலைக்கு குடிபெயர்ந்த என்னை வேர்கள் இழந்த ஒருத்தியாக நினைக்க வைக்கும். ராஜா சந்திரசேகரின் கவிதை வரி ஒன்று உண்டு.

ஒரு நாள் சூரியன்

என் கையில் இருந்தது.

அது சூரியன் தான் என்று

அன்று எனக்கு தெரியவில்லை.

பலநேரங்களில்என்பால்யம்பற்றியஉணரவைத்தகவிதைவரிகள்இவை.

நீங்கள் மொழிபெயர்த்த புத்தகங்கள் பற்றி?

சிதம்பர நினைவுகள் மொழிபெயர்ப்பின் போதே ‘பச்சை இருளனின் சகா பொந்தன்மாடன்’ என்ற தொகுப்பு நூலும் கொண்டு வந்தேன். அது ஏழு தமிழ் கதைகளும் ஏழு மலையாள கதைகளும் அடங்கியது. அந்த புத்தகத்திற்கு கிடைத்த வரவேற்பில் இருந்து நான்கு மொழிகளில் தமிழ், மலையாளம், தெலுங்கு, கன்னடம் என ஏழு ஏழு கதைகளாக மொத்தம் 28 கதைகளை தொகுத்து ‘தென்னிந்திய

சிறுகதைகள்' என்ற தொகுப்பை கொண்டு வந்தேன். அப்புத்தகம் பல கல்லூரிகள் பாடமாக வைக்கப்பட்டிருக்கிறது. அதன் பின் 'மூன்றாம் பிறை'. அதையடுத்து மலையாளத்தில் என்.எஸ்.மாதவன் எழுதிய 'சர்மிஷ்டா' என்ற சிறுகதை தொகுப்பை மொழிபெயர்த்தேன். அதன் பின் கே.எஸ்.மீராவின் 'சூர்ப்பனகை' என்ற சிறுகதை தொகுப்பு வந்தது.

நானும் என் அக்கா கே.வி.ஜெயஸ்ரீயும் மொழிபெயர்ப்பு துறைக்கு வரும் போதே தற்காலத்தில் எழுதிக்கொண்டு அதிகம் வெளிச்சத்திற்கு வராத எழுத்தாளர்களை மட்டும் மொழிபெயர்ப்பதென்று முடிவு செய்திருந்தோம். ஆனால் எனக்குள் எம்.டி.வாசுதேவநாயரின் ஏதாவது ஒரு புனைவை மொழிபெயர்த்து விட வேண்டும் என்ற நீண்ட நாள் ஆசை இருந்தது. இதை அறிந்த எம்.டி.வி.யும் ஒரு நண்பரின் மூலம் என்னை தொலைபேசியில் அழைத்தார். அதன் பின் நடந்தவை எல்லாம் எனக்கு இன்றும் ஒரு கனவைப்போலவே இருக்கிறது. தன் கைப்பட எழுதிய ஒரு கடிதத்துடன் அவரின் 'விலாபயாத்ரா' என்ற புத்தகத்தை எனக்கு அனுப்பினார். அக்கடிதத்தில் இந்த புத்தகத்தை நான் மொழிபெயர்பதில் பெரும் மகிழ்ச்சி கொள்வதாக எழுதியிருந்தார். ஒரு அப்பாவின் இறப்புப்செய்தி அறிந்து வரும் நாலு மகன்களின் மனநிலை பற்றிய அந்நாவலை 'இறுதியாத்திரை' என்ற பெயரில் தமிழுக்கு மொழிபெயர்த்தேன். அதன் பின் 'சுமித்ரா' நாவல். அதுவும் ஒரு பெண்ணின் இறப்பை பேசும் நாவல். இந்த இரண்டு நாவல்கள் தந்த பாதிப்பில் இருந்து வெளிவர வேண்டும் என்று அடுத்து பாக்யலட்சுமி என்ற பின்னணி குரல் கொடுப்பவரின் சுயசரிதையை 'ஸ்வரபேதங்கள்' என்ற நூலாக மொழிபெயர்ப்பு செய்தேன். தற்போது உமா சேச்சி என்று கேரளாவில் அழைக்கப்படும் உமா ப்ரேமனின் வாழ்க்கை வரலாற்றை 'கதைகேட்கும் சுவர்கள்' என்ற நூலாக மொழிபெயர்த்திருக்கிறேன்.

கே.வி.ஜெயஸ்ரீ பற்றி?

அக்கா மட்டுமல்லாமல் ஒரு சிநேகிதியுமானவள். மலையாளமாக தாய் மொழியை கொண்டிருந்தாலும் தமிழில் கல்லூயில் மாநில அளவில் தங்கப்பதக்கம் பெற்று ஒரு தமிழாசிரியராகப் இப்போது பணிபுரிந்து கொண்டிருக்கிறாள். அவள்தான் முதலில் பால்சக்காரியாவவின் 'இதுதான் என் பெயர்' என்ற புத்தகத்தை தமிழில் மொழிபெயர்த்தாள். ஒரு A4 பேப்பர் கட்டும் பேனாவும் வாங்கி கொடுத்து எங்களை எழுத வைத்தவர் பிரபஞ்சன் அவர்கள். மொழிபெயர்த்த அந்த தாள்களோடு ஒரு மழைநாளில் அவளும் நானும் சென்னைக்கு பஸ் ஏறி பிரபஞ்சனை சந்தித்து அவரிடம் அதை கொடுத்தோம். அவர்தான் அந்த புத்தகம் வெளிவர முக்கிய காரணம். என்ன படித்தீர்களென கேட்டுக்கொண்டிருந்த பிரபஞ்சன் அதன்பிறகு என்ன எழுதினீர்கள் என கேட்க ஆரம்பித்துவிட்டார். கிட்டத்தட்ட பால் சக்காரியாவின் அனைத்து சிறுகதை புத்தகங்களையும் ஜெயஸ்ரீ மொழிபெயர்த்து விட்டாள். மனோஜ் குரூர் எழுதிய 'நிலம் பூத்து மலர்ந்த நாள்'' என்ற புத்தகமும் சந்தோஷ் ஏச்சிக்கானத்தின் 'ஒற்றைக் கதவு' என்ற சிறுகதை தொகுப்பும் ஜெயஸ்ரீ மொழிபெயர்த்த நூல்களில் மிக முக்கியமானவை.

மொழிபெயர்ப்பாளர்களாக உங்களுக்கு இடையிலான உறவு? யார் எதை மொழிபெயர்ப்பது என்ற சிக்கல்கள் வந்துள்ளதா?

இல்லை. சகோதரிகள் என்பதை தாண்டி நாங்கள் சிநேகிதிகளாக பழகினாலும் ரசனை என்பது இருவருக்கும் வேறு வேறானவை . அவள் நாவல், சிறுகதைகள் என மொழிபெயர்க்க என் ஆர்வம் முழுவதும் சுயசரிதை புத்தகங்களை மொழிபெயர்ப்பதில் அதிகமாக இருந்தது.

வம்சி பதிப்பகம் மலையாளத்தில் இருந்து மட்டுமே நூல்களை மொழிமாற்றம் செய்துள்ளதா?

கிட்டத்தட்ட 400 க்கு மேற்பட்ட புத்தகங்கள் வம்சி பதிப்பகத்தில் இருந்து வெளிவந்திருக்கிறது. அதில் 25 புத்தகங்களே மலையாள மொழிபெயர்ப்பு நூல்கள். பல்வேறு மொழிகளில் இருந்தும் பல நூல்கள் வம்சி பதிப்பகத்தால் வெளியிடப்பட்டிருக்கிறது.

மொழிபெயர்ப்பு குறித்து வளரும் எழுத்தாளர்களுக்கு உங்களின் அறிவுரைகள்?

அறிவுரையெல்லாம் இல்லைங்க, பகிர்தல் மட்டுமே, மொழிபெயர்ப்பாளர் மனதில் இருக்க வேண்டிய முக்கியமான விஷயம் மொழி எந்த இடத்திலும் நெருடலாக அமைந்துவிடக் கூடாது. அடுத்ததாக மொழிபெயர்ப்பு மூலத்திற்கு நேர் செய்ய வேண்டும். வாசகன் தன் மன கதவுகளை மூடி விட்டு எழுந்து போய்விடக் கூடாது.

தமிழ் மொழிபெயர்ப்பாளர்கள் குறித்து உங்கள் பார்வை?

ரஷ்ய மொழிபெயர்ப்பு நூல்களை படித்துத்தான் நாங்கள் வளர்ந்தோம். இப்போது தாஸ்தியாவஸ்கி நூல்களை எம்.ஏ.சுசீலா மிகச் சிறப்பாக மொழிபெயர்த்திருக்கிறார். மலையாளத்திலிருந்து மொழிபெயர்ப்பை பொறுத்தவரை சுந்தரராமசாமியை எனக்கு பிடிக்கும். இன்னும் நிறைய பேர் நன்றாக தமிழில் மொழிபெயர்ப்பு செய்கிறார்கள்.

இன்றைய காலகட்டத்தில் தமிழ்நூல்கள் வேறு மொழிக்கு மொழிபெயர்ப்பு செய்வது அதிகரித்துள்ளதா?

மிக அரிதாகவே வேற்று மொழிக்கு மொழிபெயர்ப்பு செய்யப்படுகிறது. எனக்கு தமிழில் இருக்கும் பரிச்சயம்

மலையாளத்தில் இல்லை. வேற்று மொழியில் பாண்டித்தியம் உள்ளவர்களை ஊக்குவிப்பதன் மூலமே அதை செய்ய முடியும். கேரளாவில் மாநில சாகித்ய அகாடமி இருக்கிறது. ஆனால் இங்கே அப்படி எதுவும் இல்லை. சந்தோஷ் ஏச்சிக்கானத்தின் 'பிரியாணி' சிறுகதை பத்திரிகையில் வந்த மூன்றாவது வாரத்தில் தமிழில் மொழிபெயர்ப்பு செய்யப்பட்டுவிட்டது. ஆனால் அங்கு புதுமைப்பித்தன் கூட போய் சேரவில்லை. அரசாங்கமும் அகாடமியும்தான் அதை செய்ய வேண்டும்.

இன்றைய காலகட்டத்தில் என்ன மாதிரியான புத்தகங்கள் அதிகம் வாசிக்கப்படுகின்றன?

தமிழில் சமையல் குறிப்புகளும் மருத்துவ புத்தகங்களும் தான் அதிகம் விற்பனையாகிறது என்ற ஒரு பொதுவான கருத்து உள்ளது. அதை நான் முற்றிலும் மறுக்கிறேன். நான் 15 வருடங்களாக வம்சி பதிப்பகம் நடத்தி வருகிறேன். கிட்டத்தட்ட தமிழ்நாட்டில் நடக்கும் எல்லா புத்தக கண்காட்சியிலும் பங்கேற்று வருகிறேன். 25 ல் இருந்து 40 வயதுவரை பலர் என்னென்ன புத்தகங்கள் வாங்க வேண்டும் என்ற பட்டியலுடன் வருவதை நான் பார்த்திருக்கிறேன். வம்சி பதிப்பித்த 'அறம்' புத்தகம் இதுவரை 14000 பிரதிகள் விற்றுள்ளது. நல்ல புத்தகம் யார் பதிப்பித்தாலும் வாசகர்கள் தேடி வருவார்கள்.

வம்சி பதிப்பகத்தின் நோக்கம் நிறைவேறியதா?

நிச்சமாக நிறைவேறியுள்ளது. எழுத்தாளர்களை தேர்தெடுப்பதிலும் புத்தக வடிவமைப்பிலும் ஒரு போதும் நான் சமரசம் செய்துகொண்டதில்லை. கிட்டத்தட்ட 400 க்கு மேற்பட்ட நூல்கள். ஐந்து முறை சிறந்த பதிப்பகத்திற்கான மாநில விருது வம்சி பதிப்பகம் பெற்றுள்ளது.

ஒரு ஞாயிற்றுக்கிழமை இரவு வெகுநேரம் கழித்து ஒரு நபர் எங்கள் வீடு தேடி வந்தார். தனக்கு துபாயில் வேலை கிடைத்திருப்பதாக சொன்னார். ப்ளைட்டில் லக்கேஜ் ஆக 35 கிலோ எடுத்து செல்லலாம் என்பதால் 10 கிலோவிற்கு தன் உடைமைகளை வைத்துவிட்டு மீதி 25 கிலோவிற்கு புத்தகங்கள் வாங்க எங்களை தேடி வந்திருப்பதாக சொன்னார். நாங்கள் எல்லோரும் நெகிழ்ந்து விட்டோம். இப்படிப்பட்ட வாசகர்களால்தான் நாங்கள் தொடர்ந்து இயங்கிக் கொண்டிருக்கிறோம்.

மன அழுத்தத்திலிருந்து விடுபடல்

சுய துயரத்தின் வழியான நெடுங்குருதி

என்னுடைய ஆறு ஏழு வயதில் பள்ளிக்கூடம் போகும் நாட்களை கலவரப்படுத்திய நினைவுகள் அவை. வீட்டிலிருந்து எப்போதும் உற்சாகமில்லாமல்தான் பள்ளிக்குக் கிளம்புவேன். பள்ளியொன்றும் அவ்வளவு சந்தோஷத்தை எனக்குக் கொடுத்ததில்லை. நான் செல்லும் வழியில் அரசு மருத்துவமனையின் மார்ச்சுவரி இருக்கும். அதன் எதிரில் துப்புரவு பணியாளர்களின் குடியிருப்பு. அந்த குடியிருப்பே மிகப் பெரிய அரச மரநிழலில்தான் இருக்கும். அதன் நிழலில் எப்போதும் சில பெண்கள் தன் கணவனையோ, பிள்ளையையோ, அப்பாவையோ, அம்மாவையோ பறி கொடுத்த துக்கத்தில் தரை மண்ணை நெற்றியில் இரைத்து துக்கம் தாளாமல் அழுது கொண்டிருப்பதை பார்த்தபடியேதான் நான் பள்ளிக்கூடம் போவேன். விபத்தில் சிதறின உடல் பாகமோ, தற்கொலை முயற்சியின் வெற்றி அடைந்த சில்லிட்ட உடலோ உறவினர்களின் கைகளுக்கு வர சமயங்களில் இரண்டு மூன்று நாட்கள் கூட ஆகலாம். ஆனால்

அதுவரை உயிர் நீர் கூட பல்லில் படாமல் காத்திருந்த, சோர்வுற்ற, தளர்ந்து மயங்கின பெண்கள். அந்த துயரம் என்னை மிகவும் உருக்குலைய வைத்த நாட்கள் அவை. அவர்கள் எல்லோரும் சமூகத்தில் இனம் சார்ந்து பொருளாதாரம் சார்ந்து மிகவும் பின் தங்கிய மக்கள். அவர்களுக்கு மட்டும்தான் இந்த துக்கமா? மார்ச்சுவரியில் உடல் கிழித்து மீண்டுமாய் வெள்ளைப் பொட்டலமாய் சேர்க்கப்பட்ட உதிரத் துளிகள் அவர்களின் தேகத்திலிருந்து சிந்தியவை மட்டும் தானா? வசதி படைத்தவர்களின் சில்லிட்ட உடல் மார்ச்சுவரிக்கு வராதா? நாகரீகமானவர்களும் வசதியானவர்களும் தன் ரத்த பந்தத்தின் கடைசி ஸ்பரிசத்திற்காக அங்கே காத்திருக்கமாட்டார்களா? என் சின்ன மனசுக்கு அது புரிந்ததேயில்லை.

இருபது வருடங்களாய் பின் தொடர்ந்த அந்த கூக்குரலின் வலி, என்னில் படரத் தொடங்கிய ஒரு இருளின் தனிமையில் எனக்கு பதில் சொன்னது. பள்ளிப்பருவம் கல்லூரிக்காலம் என மாறி காதலியாய் வண்ணங்கள் சிறகடித்த வாழ்வை அனுபவித்து மனைவியாய் அம்மாவாய் பரிணமித்திருந்த ஒரு விடியற்காலையில் பிறந்த மூத்த மகன் சிபி என் வானத்தையே தன் பொங்கும் சிரிப்பொலியில் ஒதுக்கியிருந்தான். அவன் வழி வாழ்வு அர்த்தமுள்ளதானது. அவன் கண்களால் பார்க்க, அவன் காதுகளால் கேட்க, அவன் உதடுகள் வழி சிரிக்க நானும் பவாவும் பழகியிருந்தோம். எதற்காக இயற்கை இப்படியொரு அற்புத மகனை எனக்குக் கொடுத்தது, ஏன் எடுத்துக் கொண்டது என நிதானிக்க முடியாத நாளில் ஒரு விபத்தில் அவன் எங்களைத் தவிக்க விட்டுப் போய்விட்டான். அடுத்த நொடியை நிதானிக்க முடியாமல் நாங்கள் உதிர்ந்து கிடந்த நொடிப்பொழுதுகள் யாரும் அனுபவிக்கக் கூடாதது.

ஆனால் நான் ஏன் மார்ச்சுவரியின் எதிரிலிருக்கும் அரச மரத்தடியில் போய் காத்துக் கிடக்கவில்லை? என் மகனை மங்கிய விளக்கொளியில் விட்டுவிட்டு நான் மட்டும் எப்படி வீட்டில் யார் கரங்களிலோ துவண்டு இருந்திருக்கிறேன். புத்தி பேதலித்த என் மன நிலையா? வாழும் வாழ்வின் போக்கா? எதுவென்று தெரியவில்லை, ஆனால் இந்த இருபது வருடங்களாய், அன்று போகாமல் இருந்து விட்டோமே, சிபியை தனியாய் விட்டு விட்டோமே என மனம் பதறிக் கொண்டே இருக்கிறது.

கிட்டதட்ட ஒரு வருடமாய் மனம் பேதலித்து இருந்தவளை என் நண்பனையொத்த கணவர் பவாதான் தேற்றிக் கொண்டு வந்திருக்கிறார். நிதர்சனத்தை உணர்த்தி என்னை மீட்டிருக்கிறார். என்னைக் கொடுத்து சிபியை மீட்டுத் தரட்டுமா என ஒரு நாள் கேட்டபோது பவாவை இறுக கட்டிக்கொண்டு அழுதேன்.

எங்கள் இருவரின் பொது நண்பரான கருணாவும் (எஸ்.கருணா) குழந்தையிடம் பேசுவது போல பேசி எனக்குப் புரிய வைத்திருக்கிறார். தோழமையை இழக்க முடியாத துக்கத்தில் என்னை அடியாழத்திலிருந்து கரை சேர்த்தார் கருணா.

இந்த இரு நண்பர்கள் இல்லையெனில் இன்றைய நானில்லை.

இன்னும் வீரியமாய் பொது வேலைகள் செய்யவும் இலக்கிய நிகழ்வுகளில் என்னை மறந்து செயல்படவும், எழுதவும் என்னை நகர்த்தின இதயங்கள் அவை.

ஆனாலும் ஆனாலும் இன்றும் கூட இரவின் ஏகாந்தத்தில் உறக்கத்தின் மடியில் தலை சாய்த்திருக்கும்போது சாலையில் உராயும் ஒரு வண்டி சக்கரத்தின் கிறீச்சிடல் சட்டென என்னை பயமுறுத்தி

எழுப்பி பக்கத்தில் இருக்கும் பிள்ளைகளை ஒரு முறை தொட்டு தடவிப் பார்க்க வைக்கும். அந்த வலியிலிருந்து மீண்டு வர எனக்கு இந்த பிறப்பு போதாது.

படைப்புகள் வழி அடைந்த மனத்துயரம்

என் படைப்புகளில் வரும் கதாபாத்திரங்கள் என்னை தன்னில் ஆழ்ந்து மூழ்கடித்து நானில்லாமலாக்கிய தருணங்களில் வாழ நேர்ந்த நாட்கள் அலாதியானதும் சோர்வுக்குள்ளாக்குவதுமான மனநிலையைத் தருகிறது. தொடர் வாசிப்பின் வழி நான் கண்டடைந்த இன்னொரு சொர்க்கம் எழுத்து. என்னைத் தொலைக்கவும் மீட்டெடுக்கவுமான ஒரே வழி. பாலசந்திரன் சுள்ளிக்காடு என்ற மலையாள கவிஞனின் வாழ்வின் பாடுகளை தமிழுக்குக் கொண்டுவரும் முதல் முயற்சியில் மூழ்கியிருந்த நாட்கள். பதினைந்து வருடங்கள் இருக்குமா, இருக்கும். வேறு எந்த யோசனையும் இல்லாமல் அதிலேயே தோய்ந்திருந்த நாட்களில் ஒரு கண் பார்வை போனதுகூட தெரியாமலிருந்தேன். ஒரு கண் பார்வையை இழந்து விட்டேன் என்ற திடுக்கிடல் என்னை மருத்துவமனைகளின் வாசல்களுக்கு ஓட வைத்தது. பிட்யூட்டரி கிளாண்டில் ஒரு சின்ன கட்டி இருப்பதாகவும் அது பார்வை நரம்பை அழுத்தியதால்தான் பார்வை மட்டுப்படுகிறதென்றும் இரண்டாவது கட்ட ஆலோசனையின்போதே அந்த கட்டி சிறுத்துப்போய் பார்வை சரியானதும் வேறு கதை. அப்படியொரு அறுவை சிகிச்சையிலிருந்து தப்பித்து வந்துதான் ''சிதம்பர நினைவுகள்'' முடித்தேன்.

ஒவ்வொரு மொழிபெயர்ப்பும் என்னுள் ஆழமாய் இறங்கித்தான் மேலேறுகிறது. ஆணின் மரணத்தை முன் வைத்து எழுதப்பட்ட எம்.டி.வாசுதேவன் நாயரின் ''இறுதி யாத்திரையும்'' பெண்ணின்

மரணத்தை முன் வைத்து எழுதப்பட்ட ''சுமித்ராவும்'' அடுத்தடுத்து மொழிபெயர்த்த நாவல்கள். இந்த இரண்டிற்குமிடையில் என் மாமா புற்றுநோயால் பாதிக்கப்பட்டு உடல் சிறுத்து தன்னை நோய்மைக்கு தின்னக் கொடுத்திருந்தார். எல்லாமுமாய் நான் இரண்டு வருட காலங்கள் மிகுந்த மன உளைச்சலுக்கு ஆளாகியிருந்தேன்.

சமீபத்தில் வெளிவந்த என்னுடைய மொழிபெயர்ப்பு நாவலான ''கதை கேட்கும் சுவர்கள்'' என்ற புத்தக வேலைகளில் நான் ஈடுபட்டிருந்தபோது ஆறு மாதங்கள் சூழல் மறந்திருந்தேன். அந்த நாட்களில் வெயில் என் தோலைத் தொட்டதில்லை. சூரிய வெளிச்சம் பார்த்ததில்லை. மழைச்சாரல் என்னில் பட்டுத் தெறிக்கவில்லை. தெருக்களின் அசைவை நான் அவதானித்ததில்லை. குடும்பம் என்னை சகித்துக் கொண்டது. ஏழெட்டு கிலோ உடல் எடை குறைந்து, ரத்தம் சுண்டி புத்தக முழுமைக்கு என்னை ஒப்புக் கொடுத்திருந்தேன். கதை கேட்கும் சுவர்கள் முழுக்க உமா பிரேமன் என்ற என் வயதொத்த பெண் படும் பாடுகளும் மீண்டு வர அவள் எடுத்த முன்னெடுப்பும் அதுவே அவளை மீண்டும் அதல பாதாளத்துக்குள் விழ வைப்பதும் மீண்டும் மீண்டும் முயன்று மிக வீரியமிக்க பெண்ணாய் உமா மிளிர்ந்து நிற்பதும் என்னை சிலிர்க்க வைத்த சம்பவங்கள். என் உறக்கத்தையும் விழிப்பையும் ஒன்று போல சிதறடித்தவை. ஒரு நாவலைப் போல மலையாளத்தில் எழுதப்பட்ட வாழ்வனுபவம். மூழ்கடிப்பதும் மீட்டுக் கொண்டு வருவதும் என் படைப்புகளே.

முதல் முதலாக ஷார்ஜா சர்வதேச புத்தக கண்காட்சியில் திரைக்கலைஞர் பிரகாஷ்ராஜ் அந்த புத்தகத்தை வெளியிட்டு பேசியபோது மிகவும் நெகிழ்ந்துதான் போனேன். அந்த பிரதியின் இந்திய வெளியீட்டுக்காக என் தகப்பன் இடத்திலிருக்கும் திரைக்கலைஞர் சிவக்குமார் மொத்த வேலைகளையும் தானே

பொறுப்பெடுத்துக் கொண்டு கோவையில் அரங்க ஏற்பாடு செய்வதிலிருந்து தொடங்கி ஆட்களை அழைப்பது, உமாவின் உறவினர்களை தேடுவது, நண்பர்களைக் கண்டடைவது என எல்லாமும் செய்து நிகழ்வில் ஒரு மணி நேரம் பேசி என்னை கனப்படுத்தினார். மறக்கக்கூடாத, முடியாத நினைவலைகள் அவை.

இயக்கம் தந்த துயரம்

வாசிப்பில் சின்ன வயதிலிருந்தே ஆர்வமிருந்தது. நாங்கள் வளர அதுவும் தன் எல்லைகளை விரித்துக் கொள்ளத் தொடங்கியது. அதன் வழி முற்போக்கு எழுத்தாளர் சங்கத்துடன் பவாவும் கருணாவும் எங்களை இணைத்தார்கள். இதுவல்லவோ நாம் போய் சேர வேண்டிய கடலென்று கரையின் நீர் சிலீரிடலின் உற்சாகத்திலிருந்தோம். எழுத்தாளர் சங்கத்தில் இல்லாதவர்களைப் பார்த்து ‘அய்யோ பாவமே’ என்று அனுதாபப்பட்டோம். இலக்கிய வேலை செய்யாத இவர்கள் வாழ்வில் என்ன சுவாரஸ்யம் இருக்கும் என துக்கப்பட்டோம். இலக்கிய இரவுகளும் இலக்கிய கருத்தரங்குகளும் புகைப்பட கண்காட்சிகளும் குறும்பட விழாக்களும் திரைப்பட விமர்சனக் கூட்டங்களும் நடத்தி ஓய்வறியாமல் இயங்கிக் கொண்டிருந்தோம். வீடு, சங்க அலுவலகம் என்று பிரித்தறியத் தெரியாது. மகிழ்ச்சி, துக்கம், வேலை, வேலையின்மை, விசேஷ நாட்கள், திருவிழாக்கள், பிறந்தநாள், கல்யாணநாள் என எல்லாமுமே எங்களுக்கு தமிழ்நாடு முற்போக்கு எழுத்தாளர் சங்கம்தான். அப்படி நிலை கொள்ளாமல் ஓடின ஓட்டத்தினிடையில் நின்று நிதானிக்கமுடியாததொரு அடி பளீரென விழுந்தாற்போல சில சம்பவங்கள் நடந்தேறின. ஏன் எதற்கு என்று புள்ளி குத்த முடியாமல் நடந்த சம்பவங்களின் கசப்பு உமிழ் நீரிலும் கூட கலந்து சுவாசத்தை அன்னியமாக்கியது. எதைக் கொண்டு சேர்க்க முயன்றாலும் ஒட்டவே முடியாத விரிசலென்று உணர்ந்த பின்

ஒரே நாளின் இடைவெளியில் நான் நகர பொறுப்புகளிலும் பவா மாவட்ட பொறுப்புகளிலுமிருந்தும் விடுபட்டோம். இரண்டு மூன்று ஆண்டுகள் தத்தளித்துதான் வாழ நேரிட்டது. பிறகு வீழ்தலை விட எழுவது வாழ்வில் முக்கியமென உணர்ந்து வலி தாங்கி எழுந்தோம்.

அலை ஓய்ந்த கடலில்கூட சிப்பிகள் கரை ஒதுங்கி முத்துக்களை தருகின்றன. எதன் பிறகும் வாழ்தல் இனிது, ஆமாம் வாழ்தல் இனிது.

பொன்மாலை பொழுது

சென்னை, அண்ணா நூற்றாண்டு நூலகத்தில் (01-07-2017) அன்று 'பொன்மாலைப் பொழுது' என்ற நிகழ்வில் 'நான் என் கதை சொல்கிறேன்' என்ற தலைப்பில் பேசிய உரைவடிவம்.

'ஏன் கதை சொல்கிறேன்' என்று பவா பேசியது மாதிரி 'என் கதை சொல்கிறேன்' என்று பேசுமளவுக்கு நான் பெரிய ஆளில்லை. அதற்கெல்லாம் வயதும், அனுபவமும், இன்னும் அதிகமான வேலைகளும் பார்த்திருக்க வேண்டுமென்றுத் தோன்றுகிறது. எனது மொழிபெயர்ப்புகள் சார்ந்து பேசுகிறேன் என்றுதான் சொன்னேன். இவர்கள்தான் வார்த்தைகளின் அழகிற்காக 'என் கதை சொல்கிறேன்' என்று மாற்றிவிட்டார்கள்.

நண்பர்களே மிகவும் சந்தோசமாக இருக்கிறது. இவ்வளவு நண்பர்களைப் பார்ப்பதற்கு.

இரண்டாவது முறையாக இந்த நூலகக் கட்டிடத்துக்குள் வருகிறேன். இங்கு வரும்போது ஒரு முக்கியமான நண்பருடன் பேசிக்கொண்டே வந்தேன். நம் எல்லோருக்குமே தெரிந்த ஒரு மெகா திருடன் இருக்கிறார் இல்லையா, திருடன் மணியன் பிள்ளை. கேரளாவில் பல

திருட்டு வேலைகள் செய்து பெரிய பணக்காரராகி எம்.பி யாக தேர்தலில் போட்டியிடப் போனார். பல பேர் அப்படித்தான் இருக்கிறார்கள் என்று நினைக்கிறேன். அந்த சமயத்தில்தான் திருடன் மணியன் பிள்ளை பிடிபட்டார். திருவண்ணாமலையில் விதவிதமாக நிகழ்ச்சிகள் நடத்த ஆர்வம் கொண்ட ஆட்கள் நாங்கள். அப்படி 'திருடன் மணியன் பிள்ளையோடு ஒரு மாலை சந்திப்பு' என்று ஒரு நிகழ்ச்சியை ஏற்பாடு செய்தோம். பவாதான் அவரை தொலைபேசியில் அழைத்தார். மலையாளத்தில் பேசியதால் போன் என்னிடம் வந்துவிட்டது. நான் பேசியவுடன் 'அய்யோ மேடம் வராலோ!' என்று பயங்கர சந்தோஷத்துடன் ஒத்துக்கொண்டார்.

பெரிய இலக்கியவாதிகளைப் போல, பெரிய ஆட்களைப் போல டைரியைப் பார்த்து தேதி சொல்கிறேன் என்று சொல்லாமல், நம் திருடன் மணியன் பிள்ளை உங்கள் ஊரில் வந்து பேசுகிறேன் என்று ஒரே நிமிடத்தில் சொன்னார். தன்னுடைய திருட்டு அனுபவங்களைப் பற்றிப் பேசப் போகிறார். அது மனிதத் தீங்குள்ளத் திருட்டாகவும் இருக்கலாம். மனிதத் தீங்கற்றத் திருட்டாகவும் இருக்கலாம். அது எப்படியாக வேண்டுமானாலும் இருக்கலாம். ஆனால், அவர் வந்து பேசுகிறேன் என்று சொன்ன சந்தோஷம் மனதுக்குள் ஒட்டிக் கொண்டது. அவரைப் பற்றிய ஆட்டோ பயோகிராபியை'திருடன் மணியன் பிள்ளை' என்ற பெயரில் காலச்சுவடு பதிப்பகம் வெளியிட்டிருப்பது நம் அனைவருக்கும் தெரியும். கிட்டத்தட்ட 800 பக்கங்கள் கொண்ட அந்தப் புத்தகத்தில் என்னதான் இருக்கிறது என்பதை அவரையே பேசச்சொல்லி கேட்பதற்கு திருவண்ணாமலையில் திட்டமிட்டிருந்தோம். இதுமாதிரியான வித்தியாச வித்தியாசமான அனுபவங்களைத் தேடிப்போவதில் நானும், பவாவும் இணைபிரியாத நண்பர்கள்.

அப்படித்தான், பத்து பதினைந்து வருடங்களுக்கு முன்பு பாலச்சந்திரன் சுள்ளிக்காடு என்ற கவிஞனை நாங்கள் இருவரும் கண்டடைந்தோம். அப்போது 'ஆரண்யம்' என்ற பத்திரிகை வந்தது. கவிஞரும் மொழிபெயர்ப்பாளருமான ஸ்ரீபதி பத்மநாமா அந்தப் பத்திரிகையை நடத்தி வந்தார். பாலச்சந்திரன் சுள்ளிக்காடு என்ற மலையாளக் கவிஞனைப் பற்றிய சிறுபகுதி ஒன்றை அப்பத்திரிகையில் அவர் எழுதியிருந்தார். அதை வாசிக்கும்போது அவ்வளவு சுவாரஸ்யமாக இருந்தது. 'சிதம்பர ஸ்மரண' என்று மலையாளத்தில் வந்த பாலச்சந்திரனின் அந்தப் புத்தகம், தமிழில் 'சிதம்பர நினைவுகள்' என்று கொண்டுவரப்பட்டது. ஒரு திரைப்படம் வந்துவிட்டால் ஒரு கூண்டுவண்டி கட்டி, நடிகர் திலகம், நடிப்புச் சக்கரவர்த்தி சிவாஜிகணேசன் நடிக்கும் தங்கப்பதக்கம் என்று சாயந்தர வேளைகளில் அறிவித்துக் கொண்டும், பிட் நோட்டிஸ்கள் கொடுத்துக் கொண்டும் நம் ஊர் தெருக்களில் போவார்கள். ஐம்பதுக்குள் இருந்தால் நம் அனைவருக்குமே அது தெரியும். அதெல்லாம் இக்காலகட்ட குழந்தைகளுக்குக் கிடைக்காமல் போன ஒன்று. அதை நாம் எவ்வளவு சொன்னாலும் அவர்களைப் புரிந்துகொள்ள வைப்பது மிக சிரமமான ஒன்று. ஒருவேளை கூகுளில் தேடினால் எல்லாமும் கிடைக்குமா என்றுத் தெரியவில்லை.

பாலச்சந்திரன் இப்படிச் சொல்கிறார்,

'அப்படி திருவனந்தபுரம் தெருக்களில் சிவாஜி கணேசன் படத்திற்காக குரல்விற்றுப் பிழைத்த நான், ஒரு பதினைந்து வருடங்களுக்குப் பிறகு சிவாஜி கணேசனோடு அவருடைய வீட்டில் உட்கார்ந்து, அவர் தனது கைகளாலேயே ஸ்காட்ச் விஸ்கியை ஊற்றி எனக்குக் கொடுத்த அந்த நிமிடம் மிக அற்புதமானது' என்று. இதைப் படித்துவிட்டு மிகவும் வியந்து அவரைத் தேட ஆரம்பித்தோம். உடனே

கிடைத்துவிட்டார்.' அவர் எனக்கு நண்பர். திருவண்ணாமலைக்கு அவரை அழைத்து வருகிறேன்' என்று திலகவதி ஐ.பி.எஸ் தான் சொன்னார். எங்களுக்கு இந்த ஏ.சி அரங்குகளெல்லாம் பழக்கமில்லை. மாலைநேரத்தில் பள்ளி மைதான வெட்டவெளியில் நானூறு, ஐநூறு பேர் அமர்ந்திருக்க கையில் மைக் கொடுத்து ஒன் மேன் ஷோ மாதிரியாக நடத்துவோம். அப்படி பாலச்சந்திரன் சுள்ளிக்காடு கவிதைகளைப் பற்றி பேசிய நிகழ்வு மகா அற்புதமான அனுபவம். கேரள கவிதையின் மொத்த சாரத்தையும் ஒரு கவிஞன் இரண்டு மணி நேரத்தில் தமிழுக்கு அப்படியே கடத்திவிட்டுப் போயிருந்தான். அவ்வளவு பிரமாதமான உரை அது.

நிகழ்வை முடித்துவிட்டு இரண்டு நாட்கள் எங்கள் வீட்டில்தான் பாலச்சந்திரன் தங்கியிருந்தார். 'ஷைலஜாவுக்கு...ஸ்நேகத்தோடு பாலன்' என்று கையெழுத்துப் போட்டு, கட்டுரைகள் அடங்கிய அவரது புத்தகத்தை என்னிடம் கொடுத்துவிட்டுக் கிளம்பினார். கவிதைகள் ஏதும் எனக்குத் தரவில்லை. என் தாய்மொழி மலையாளமானாலும், ஒரு வார்த்தைக் கூட படிக்கத் தெரியாத ஆளாக இருந்த என்னை அந்தப் புத்தகம் அமைதியாக இருந்து பரவசப்படுத்திக் கொண்டேயிருந்தது. அதை எப்படியாவது படித்துவிட வேண்டுமென்ற ஆர்வமிருந்தது. என் அக்கா மகள் கேரளாவில் ஒன்றாம் வகுப்புப் படித்துக் கொண்டிருந்தாள். அவள் விடுமுறைக்கு வந்திருந்தாள். அப்போதே அவள் புத்தகமெல்லாம் வாசிப்பாள். மலையாளத்தில் வெளிவரக்கூடிய 'களிகுடுக்கா' போன்ற சின்ன சின்னப் புத்தகங்களைப் படிப்பாள். வாசிப்பில் ஆர்வமுள்ள பெண் அவள். அவள்தான் எனக்கு எழுத்துகளைச் சொல்லிக் கொடுத்தாள். அந்த மொத்தப் புத்தகத்தின் ஒரு பகுதியை நானும் அவளும் சேர்ந்துதான் மொழிபெயர்த்தோம். பிறகு என் கூடவே இருந்தாள். அவளை விடப் பெரிய மலையாள அகராதியான 'சப்ததாராவளி'யை

வைத்து அர்த்தம் பார்ப்போம். அப்படித்தான் அந்த புத்தகத்தின் முதல் பகுதியை மொழிபெயர்த்தோம்.

புத்தகத்தை மொழிபெயர்க்க ஏழெட்டு மாதங்கள் எடுத்துக்கொண்டேன். அதை முடிக்கும்போது எனக்கு உடல்நிலை சரியில்லாமல் போனது. அந்த மாதிரியான பளீரென அடிக்கும் உண்மைகள் இருக்கிறதல்லவா, அதை நம்மால் தாங்கிக்கொள்ளவே முடியாது. ஒரு புனைவு, ஒரு பொய் இருந்தால்தான் ஒரு வாக்கியத்தையே நம்மால் தாங்க முடிகிறது. பளீரென அடிக்கும் உண்மைகளை எதிர்கொள்ள முடியாமல் முகம் சுழித்துப் பின்னால் போகக்கூடிய சூழல் மனிதர்கள் எல்லோருக்கும் சாத்தியமாகி இருக்கும். அப்படியான புத்தகமாக அது இருந்தது. அதில் வரக்கூடிய உண்மை மனிதர்களின் வாழ்நிலை, அது தந்த தாக்கத்தை என்னால் தாங்கவே முடியவில்லை. நான் நினைத்தேன் அது எனக்கு மட்டுந்தான் என்று. இல்லை. அந்தப் புத்தகம் வெளிவந்து பதிமூன்று வருடங்களாகிவிட்டது. அது கொடுத்துக் கொண்டிருக்கக் கூடிய விஷயங்கள் இருக்கிறதில்லையா, நேற்று கூட ஒருவர் போன் செய்து 'நீங்கள் சிதம்பர நினைவுகள் ஷைலஜாதானே' என்று கேட்டார். நேற்றுவரை எனக்கு வாசகர்களைக் கொடுத்துக்கொண்டே இருக்கிறது.

சென்னைப் பெசன்ட் நகரில் ஒருவர் இருந்தார். அவர் இப்போது இறந்துவிட்டார். ஆறேழு வருடங்களுக்கு முன்பு அவர் எனக்கு கடிதமொன்றை எழுதியிருந்தார். அந்த மாதிரியான சுவாரஸ்யக் கடிதங்கள் சிதம்பர நினைவுக்கு வருவதென்பது எனக்கு பழக்கமான ஒன்றாகிவிட்டது. 'பாலச்சந்திரன் எப்படியான ஆள், அதேமாதிரிதான் நானுமிருந்தேன். இதை மொழிபெயர்த்த நீங்களும், உங்கள் நண்பர்களும் சேர்ந்து ஒரு மாலையில் சாப்பிடுவதற்கு ஆயிரம் ரூபாய் காசோலையை இதனோடு இணைத்துள்ளேன்' என்று அந்த இரண்டு

கே.வி. ஷைலஜா 111

பக்க கடிதத்தில் அவர் எழுதியிருந்தார். சிதம்பர நினைவுகள் புத்தகத்தில் வத்ஸன் என்ற கவிஞனொருவர் இருப்பார். அவர், தன் குழந்தைகளை மருத்துவமனையில் சிகிச்சை முடித்து வீட்டுக்குக் கூட்டிவர பணமில்லாமல் கஷ்டப்படுவார். அந்த நேரத்தில் வத்ஸனை பாலச்சந்திரன் சுள்ளிக்காடு சந்திப்பார். அப்போது என் குழந்தைகளை மருத்துவமனையிலிருந்து வீட்டுக்குக் கூட்டிவர பணம் தா என்று பாலச்சந்திரனிடம் வத்ஸன் கேட்கமாட்டார். ‘இவ்வளவுப் பெரிய கவிஞர் வந்திருக்கீங்க. உங்ககிட்ட என்னோட கவிதைகளைக் கொடுக்க ஆசைப்படுகிறேன்’ என்று கவிதைகளைக் கொடுப்பார்.

அப்போது, பாலச்சந்திரனுக்குத் தோன்றும் அது என்ன அந்தக் காலத்திலிருந்தே ஏழ்மையும் புலமையும் ஒன்றாகத்தான் இருக்கவேண்டுமா என்ன என்ற அநாவசிய மனதோடுதான் அக்கவிதைகளை வாசிப்பார். ஆனால் இல்லை, எல்லா காலத்திலும், எல்லா காலத்திலும் ஏழ்மையும் புலமையும் ஒன்றாகத்தான் இருக்கிறது என்ற வாழ்வியலை நிரூபிப்பதாய் அந்த கவிதைகள் இருக்கும். அந்தக் கவிஞன் அவ்வளவு ஏழ்மையாக இருந்தாலும் அவனுடைய கவிதைகள் பிரபஞ்சத்தைப் பற்றி பேசியிருக்கும். அதைப் பார்த்து மிகவும் வியந்த பாலச்சந்திரன் அவ்விஷயங்களைப் பற்றி ஒரு பகுதி எழுதியிருப்பார். அந்தப் பகுதியைப் படித்துவிட்டு சென்னையிலிருந்த டாக்டர் ‘ஒருவேளை ஸ்ரீவத்ஸன் இப்போதும் அதே நிலையில் இருந்தால், அவருக்குக் கொடுத்துவிடுங்கள்’ என்று இரண்டாயிரம் ரூபாய் செக்கை இணைத்து அனுப்பியிருந்தார். அந்த இரண்டு செக்கும் என்னிடம் இருக்கின்றன. வத்ஸன் எங்கு இருக்கிறாரென்று தெரியாது. நான் பாலனிடம் கேட்டேன். ‘சேட்டா ரெண்டு செக்கு வந்துருக்கே என்ன பண்ணலாம்’ என்று. அதற்கு பாலச்சந்திரன் ’அய்யோ, ஷைலஜா எனக்கும் அவர் இப்போது எங்கு இருக்கிறாரென்றுத் தெரியாது’ எனச் சொன்னார்.

கேரளாவிற்கும், தமிழ்நாட்டிற்கும் ஒரு முக்கியமான வித்தியாசம் உண்டு. கலைஞர்களை பெரிதும் பாராட்டும், மதிக்கும் மாநிலம் கேரளா. பாலன் நேராக மாத்ருபூமி அலுவலகம் போகிறார். நடந்த விஷயத்தைச் சொல்கிறார். நீங்கள் நம்பவே மாட்டீர்கள் நண்பர்களே, மறுநாள் காலையில் 'மாத்ரூபூமி இதழில் மலையாள கவியைத் தேடும் தமிழகம்' என்று கால்பக்கத்திற்கு கட்டுரை வந்திருந்தது. கடிதம், செக் என்று நடந்த எல்லா சம்பவங்களும் அதில் இடம் பெற்றிருந்தன. மறுநாள் காலையில் ஸ்ரீவத்ஸன் மாத்ருபூமி அலுவலகத்தில் இருக்கிறார். வாடகை வீட்டில் இருப்பது பற்றிய கவிதையொன்றை அவர் எழுதியிருப்பார். ஸ்ரீவத்ஸனிடம் போன் செய்து கேட்டோம் 'ஒருவேளை, இன்னும் கூட நீங்கள் அப்படியான சூழலில்தான் இருந்தீர்கள் என்றால் அந்த சென்னை டாக்டர் உங்களுக்கு ஒரு வீடு கட்டித்தருவதாகச் சொல்லியிருக்கிறார்' என்று. நண்பர்களே, நாம் நம்பியே ஆகவேண்டும். அதே மாதிரியான கஷ்டத்தில்தான் இருந்தார். ஐநூறு ரூபாய் சம்பளம் வாங்குவதாக அப்புத்தகத்தில் இருக்கும். இப்போது சம்பள உயர்வாக இருநூறு ரூபாயும் சேர்த்து ஏழுநூறு ரூபாய் வாங்குகிறார். அதனால், அந்த சென்னை டாக்டர் எங்கும் எப்போதும் எனது பெயரைக் குறிப்பிடக்கூடாதென்று சொல்லி வத்ஸனுக்கு ஒரு வீடு கட்டிக் கொடுத்தார்.

இதுமாதிரியான விஷயங்களை இந்த எழுத்து செய்கிறது என்பதில் எனக்கு மிகவும் சந்தோஷமாக இருக்கிறது. சிதம்பர நினைவுகள் படித்திருக்கிறேன். உங்களைப் பார்க்கவும், பேசவும் தயக்கமாக இருந்ததென்று சொல்லி ஏழு வருடங்கள் கழித்து இப்போது பேசும் நண்பர்கள் பலர் இருக்கின்றனர். அப்படித்தான் கோயம்புத்தூரில் இருந்து முத்தரசி என்ற தோழி கிடைத்தார். ஆறேழு வருடங்களாக பேசாமலிருந்து, சிதம்பர நினைவுகள்தான் எனக்கு எல்லாமென்று பேசினார். நான் கேரளாவிலிருந்து வந்ததால் எனக்கு எப்போதுமே

தமிழ்நாட்டில் ஒரு பிடிமானம் இல்லாமலிருப்பது போலத் தோன்றும். சொந்த மண் சார்ந்து பவா பேசும்போது மிகுந்த ஏக்கத்தோடுப் பார்ப்பேன். இது நமக்கு சொந்தமண் இல்லையோ? ஏதோ மண்ணிலிருந்து வேரோடு பிடுங்கி இங்கு ஊன்றி வைக்கப்பட்டவள்தானே நான், என்று தோன்றிக்கொண்டே இருக்கும். அதனால்தான் படைப்பு என்று வருகையில் நான், மொழிபெயர்ப்பைத் தேர்ந்தெடுத்துக் கொண்டேனோ என எண்ணுகிறேன். ‘இது உன்னுடைய மண். நீ தாராளமாக வேர் பிடித்து நிற்கலாம்’ என்ற சந்தோஷத்தைக் கொடுப்பது நண்பர்களும், படைப்புகளும், கடிதங்களும், போன் அழைப்புகளும்தான் என நம்புகிறேன்.

இந்தப் புத்தகத்தைப் படித்துவிட்டு பாலச்சந்திரனின் மிக முக்கியமான நண்பரான திரைக்கலைஞர் மம்முட்டி என்னைச் சந்தித்தார். அவர் முன்கூட்டியே எனக்கும், பவாவுக்கும் நண்பர்தான். இந்தப் புத்தகத்திற்கான அறிமுக விழாவினைச் சென்னையில் வைக்கும்போது, என்னுடைய புத்தகத்தையும் மொழிபெயர்த்துத் தாருங்கள் என்று மம்முட்டி கேட்டார். ஒரு நடிகனின் புத்தகத்தை மொழிபெயர்க்க வேண்டுமா என்ற தயக்கம் இருந்தது. ஆனால், அதை வாசிக்கையில் அப்படித் தோன்றவில்லை. அவர் வெறும் நடிகர் மட்டுமில்லை. ஒருவேளை அவர் நடிக்காமல் போயிருந்தால் கேரளாவில் இலக்கியவாதியாக ஆகியிருப்பார் என்றுத் தோன்றியது. ஏனென்றால், அவ்வளவு அற்புதமான, தெளிவான, தீட்சண்யமான வார்த்தைகள் கொண்டு அந்தப் புத்தகம் இருந்தது. ‘காழ்ச்சபாடு’ என்ற அந்தப் புத்தகத்தை தமிழில் ‘மூன்றாம் பிறை’ என்ற பெயரில் நான் மொழிபெயர்த்தேன். 'இலக்கியம் என்னை செய்யும்? இப்போது இருப்பதைவிட நம்மை ஒருபடி மேலே கண்ணியமாக வைக்குமென்று’ பிரபஞ்சன் சொல்வார். அப்படித்தான் தோன்றியது. வாழ்வின் பாடுகளில் ஏதோ ஒன்றை நமக்கு கற்றுக் கொடுக்கிறதென்றால் அது

இலக்கியத்தால் மட்டுமே முடியும்.

நடிக்க ஆசைப்பட்டு வாய்ப்பு கிடைக்காமல் அலைந்து கொண்டிருந்த காலத்தில், அவருடனிருந்த வரீத் என்ற அண்ணன் எங்கேயாவது ஆறுமாதம் வேலை பார்ப்பாராம். எங்கே படப்பிடிப்பு நடக்கிறதோ அங்குவந்து சிறிதுநேரம் தலையைக் காட்டிவிட்டு பத்து நிமிடம் நடித்து, அதில் திருப்தியாகி மறுபடியும் கிளம்பிவிடுவாராம். அப்போது, நமக்கும் ஒரு வேலை இருக்கிறது. வக்கீலாக இருக்கிறோம். குடும்பப் பின்னணி பெரிதாக இருக்கிறது. ஆனால், நாம் முழுநேர நடிகராகி புகழுக்கு ஆசைப்படக்கூடிய ஆளாக மாறிக்கொண்டு இருக்கிறோமே என்று மம்முட்டிக்குத் தோன்றிய நொடியில், அவர் இப்படியொரு வரி எழுதியிருந்தார். ‘பரீத் எப்படியான ஆள் என்று சொன்னால், தன்முன்னே தங்கச்சுரங்கமே இருந்தாலும், நமக்கு வேண்டியதை மட்டும் எடுத்துக்கொள்ளும் மனது இருக்கிறதே, அது தங்கத்தைவிட வசீகரமானது’ என்று. அது கொடுத்தப் படிப்பினையில் நானும் பவாவும் கொஞ்சநாளில் ஒரு சத்தியம் செய்துகொண்டோம். இனி இந்த பூமியில் எந்த இடத்தையும் நமக்கு சொந்தமென்று வாங்கக்கூடாது. எங்கள் அப்பாவும், அம்மாவும் அதாவது எங்கள் மாமனார், மாமியார் கஷ்டப்பட்டு உழைத்து எங்களுக்குக் கொஞ்சம் நிலம் கொடுத்துவிட்டுப் போயிருக்கிறார்கள். அந்த நிலத்தை எதன் பொருட்டும், எவ்வளவு பணம் வருவதாக இருந்தாலும் விற்கக் கூடாது என்று. அதற்கு மம்முட்டியும் அவர் எழுத்தும் காரணமாக இருந்திருக்கிறது.

கேரளாவின் மிகப் புகழ்பெற்ற பால்சக்கரியா என்றப் படைப்பாளியைப் பற்றி நான் சொல்லாமல் போகவே முடியாது. ஏனென்றால், தமிழில் எல்லோருக்கும் தெரிந்தப் படைப்பாளியாக இருக்கிறார். அவருடைய நிறையப் படைப்புகள் தமிழுக்கு வந்தபடி

இருக்கின்றன. அதில் ஏறக்குறைய தொன்னூறு சதவீதம் என் குடும்பத்தின் வாயிலாக வந்தது என்பதில் எனக்குப் பெருமையுண்டு. என்னுடைய சகோதரி ஜெயஸ்ரீ அவருடைய மொத்தக் கதைகளையும் தமிழுக்குக் கொண்டு வந்திருக்கிறார். நாலைந்துப் புத்தகங்களாகவும் வந்திருக்கின்றன. சாகித்ய அகாடமியில் 'சக்கரியா கதைகள்' என்று மொத்தத் தொகுப்பாகவும் வந்திருக்கிறது. மலையாளத்தில் ஒரு வார்த்தைக் கூட பாலவுக்குத் தெரியாது. என்னைக் காதலித்து கல்யாணம் பண்ணுகிற வரையில் பவாவுக்கு இருபது மலையாள வார்த்தைகள் மட்டுமே தெரியும். கல்யாணம் ஆன பிறகு, மலையாளம் தெரியாத பவா, பால்சக்கரியாவின் ஒரு கதையைப் மொழிபெயர்த்துள்ளார். 'தேன்' என்ற மிக முக்கியமான கதை அது. அக்கதையை விகடன் தடம் இதழில் நீங்கள் வாசித்திருக்கலாம்.

சக்காரியாவின் மிக முக்கிய கதையாக மொழிபெயர்க்கப்பட்டு, அதிகமாக பேசப்பட்ட அவருடைய 'இரண்டாம் குடியேற்றம்' என்ற கதையை உங்களிடம் பகிர்ந்து கொள்ள விரும்பிகிறேன். ஆஷா மேத்யூ என்ற 24 வயது பெண் மனநல மருத்துவருக்கு ஒரு கடிதம் எழுதுவதாக கதை ஆரம்பிக்கும். அன்பான டாக்டருக்கு, நான் ஆஷா மேத்யூ. எம்.ஏ ஆங்கில இலக்கியம் முடித்திருக்கிறேன். படித்தது போதுமென்று என்னை வீட்டிற்கு கூட்டிவந்து விட்டார்கள். ஞாயிற்றுக் கிழமை தவறாது சர்ச்சுக்குப் போவது, மற்ற நேரங்களில் அம்மாவுடனும், பாட்டியுடனும் சமையல் கற்றுக்கொள்வது, சலிப்புத் தட்டினால் புத்தகம் படிப்பது என்று போகிறது வாழ்க்கை. புதிதாக ஒரு உறவு வந்தால் நன்றாகத்தான் இருக்குமேயென்று வீட்டில் கேட்டபடி கல்யாணத்திற்கும் சரியென்று சொல்லிவிட்டேன். ஒவ்வொரு மாப்பிள்ளையாக என்னைப் பார்க்க வந்தார்கள். இதில் மாப்பிள்ளை வந்து உட்கார்ந்த விதமே எனக்குப் பிடிக்கவில்லை. வீட்டில் பெரியவர்கள் இருக்கிறார்கள், வந்தவுடனே கால் மேல் கால் போட்டு

அமர்ந்தார். அதைப் பார்த்தவுடனேயே எனக்குப் பிடிக்கவில்லை. வேண்டாமென்று சொல்லிவிட்டேன்.

இன்னொருவர் வந்தார். வந்த இரண்டே நிமிடத்தில் பட்டென எழுந்து கொஞ்சம் வெளியே போய்விட்டு வருகிறேனென்று போனார். போனவர், எனது அறை ஜன்னலுக்கு பக்கத்தில் நின்று அவசர அவசரமாகத் திருட்டு தம் அடித்துவிட்டு வந்தார். இரண்டு நிமிடம் கூடப் பொறுக்க முடியாத அந்த மாப்பிள்ளையைக் கல்யாணம் செய்துகொண்டு நான் என்ன செய்யப் போகிறேன்? அதனால், அவரையும் எனக்குப் பிடிக்கவில்லை. மூன்றாவதாக ஒரு மாப்பிள்ளை வந்தார். பத்து நிமிடம் தனியாக பேச வேண்டுமென்று சொன்னார். எனக்கு அவரையும், அவருக்கு என்னையும் பிடித்திருந்தது. பத்து நிமிடம் பேசுவதில் ஆயுள் முழுக்க வாழப்போவதை எப்படி புரிந்துகொள்ள முடியும். சிலபேர் ஐம்பது வருடங்களாகியும் புரிந்துகொள்ளாமலே செத்துப் போனவர்களும் இருக்கின்றனர். தொன்னூறு வயது தாத்தா ஒருவர் இறந்துவிடுவார். எண்பத்தைந்து வயது பாட்டி கணவனின் பிணத்தருகில் வந்து நின்று நன்றாக மேலும் கீழும் பார்ப்பாள். முழுக்க அவரைப் பார்த்துவிட்டு ஆச்சரியத்துடன் 'இந்த மனுசனுக்குப் பல்லு எப்படி வரிசையா இருக்குன்னு பாரு' என்று சொன்னாளாம். அவர்களுக்கு பதினாறு குழந்தைகள், இப்படியான வாழ்க்கைச் சூழலும் இருக்கிறது.

'டாக்டருக்கு ஆஷா எழுதுகிறாள்' எனக்குப் பிடித்துவிட்டது என்று சொன்னவுடனேயே நான் என் வீட்டில் ஒன்று கேட்டேன். அப்போதுதான் டாக்டர் பிரச்சனையே ஆரம்பித்தது. வாழ்நாள் முழுக்க வாழப்போகும் அந்த வீட்டில் பத்து நாட்கள் போய் நான் தங்க வேண்டும் என்று சொன்னேன். அவர்கள் எப்படி இருக்கிறார்கள், வீடு எப்படி இருக்கிறது, அறைகளையும், கழிவறைகளையும் சுத்தமாக வைத்திருக்கிறார்களா, அவர்கள் வீட்டுக்குப் பிச்சைக்காரர்கள் வந்தால்

அவர்களை விரட்டிவிடாமல் கருணையோடு நடந்துகொள்வார்களா இதையெல்லாம் நான் பார்க்கவேண்டும். என்னுடைய அறைக் கட்டிலிலிருந்து படுத்துக்கொண்டுப் பார்த்தால் மிளகுக் கொடிகள் ஏற்றிவிடப்பட்ட தென்னைமரம் தெரியும். அப்படி அவர்கள் வீட்டில் தெரியுமா என்று நான் பார்க்க வேண்டும். அதற்குப் பிறகு நான் கல்யாணத்திற்கு சம்மதம் தெரிவிக்கிறேன் என்று சொன்னேன். வீட்டில் ரணகளமாகி, பிரச்சனையாகிவிட்டது. என் அண்ணன் மெடிக்கல் முடித்துவிட்டு எம்.டி படித்துக் கொண்டிருக்கிறான். ‘என்ன நெனச்சுட்டு இருக்க நீ. இப்படியே இருந்தால் உனக்கு கல்யாணமே ஆகாது. அப்பறம் நான் எப்ப கல்யாணம் பண்ணிக்கறது, சைக்கியாட்டிரிஸ்ட் கிட்டதான் உன்னைக் கூட்டிப் போகவேண்டுமென்று’ சொல்கிறான். என்னுடைய அம்மாவும், அப்பாவும், நாமெல்லாம் இந்த ஊரில் குடியேறியவர்கள். நமக்கு பெரிய சொந்தங்கள் எல்லாம் இங்கில்லை. நீ இப்படியே ஒவ்வொரு மாப்பிள்ளையாக தட்டிக் கழித்து கொண்டே போனால் பிறகெப்படி உனக்கு எப்படி கல்யாணம் நடக்கும் என்று கேட்கிறார்கள். பாட்டி கண்ணீரோடு ஜெபமாலையை உருட்டி அப்படியே ஜெபம் பண்ண ஆரம்பித்துவிட்டார்கள்.

எனக்கு என்ன ஆனது டாக்டர்? நீங்கள் பதில் சொல்லுங்கள், நிஜமாகவே நான் கேட்டது தவறா டாக்டர். ஒரு பெண் தான் ஆயுசு முழுக்க வாழப்போகும் மனிதர்களைத் தெரிந்து கொள்ள வேண்டாமா, அதில் என்ன தவறு இருக்கிறது, எனக்கு சொல்லுங்கள் டாக்டர் என்று அந்தக் கதை முடியும்.

பதினைந்து வருடங்களுக்கு முன்பு இந்தக் கதையைப் படித்தேன். இன்றைக்கு இருக்கும் பெண் பிள்ளைகளின் நிலைமையோடு இக்கதையை வைத்து யோசித்தால் பெரிதாக எந்த மாற்றமும் நடக்கவில்லை. பெண் மனசு, அதற்கான ஒரு துடிப்பு, ஆசை, தேவை,

சுயவிருப்பம் எதுவுமே இருக்கக்கூடாதா? அது தன்னிச்சையாக இயங்கக்கூடாதா?

எஸ். ராமகிருஷ்ணனின் 'அவளது வீடு' கதையை இதோடு ஒப்பிட்டுப் பார்க்க வேண்டுமென்று நினைக்கிறேன். அகல்யா என்ற ஒரு பெண் இருக்கிறாள். பெரிய பெரிய வீடுகளைப் பார்க்க அவளுக்கு ஆசையாக இருக்கும். பஸ்சில் போகும்போதும் வரும்போதும் பெரிய வீடுகளைப் பார்ப்பாள். வீடு பற்றிய கனவுகளே இருப்பதால் அவளது மனதில் எதுவுமே தங்காது. தனக்கென்று ஒரு வீடு இருக்க வேண்டும். பெரிய ஹால், சமையலறை, கழிவறை இருக்க வேண்டும். சின்னத் தோட்டம் இருக்க வேண்டும். அதில் குருவிகள் வந்துபோக இரண்டுச் செடிகள் இருக்க வேண்டுமென்று ஆசைப்படுவாள். அவளுடைய அப்பா E.B யில் வேலைப் பார்ப்பார். புகை வெளியேற முடியாதபடி, குருவிகள் நுழைய முடியாதபடி, செடி வைக்க முடியாதபடி இருக்கும் புறாக்கூண்டு போலான அரசு வீட்டில்தான் அவளுடைய இளமைப்பருவம் கழிந்திருக்கும்.

வீடு கட்டலாம் என்று சொல்லிக்கொண்டே இருந்த அவளது அப்பா ஐம்பத்திமூன்று வயதில் இறந்துபோவார். ஒரு குடும்பத்தில் ஒருவருடைய வருமானத்தை மட்டும் நம்பியிருந்து, அந்த நபரும் இறந்துவிட்டால் அக்குடும்பம் வருமானத்திற்கு படும் பாடு கொடுமையானது. பிறகு, வீடு கட்டுவதற்கான வாய்ப்பே இல்லாமல் போய்விடும். அவளுக்கு கல்யாணமாகி விடும். கல்யாணத்தின்போது ஒரு வீடு சொந்தமாக இருப்பவனை மட்டுமே கல்யாணம் செய்து கொள்ள வேண்டுமென்று தோன்றும். ஆனால் அப்பா இல்லாத வீட்டில் எந்த கேள்வியும் கேட்க முடியமல் எதையும் யோசிக்கத் தோன்றாத திருமணமாய் அவளது திருமணம் ஒரு வேலை போல முடிந்துவிடும். திருமணமாகி கணவன் வீட்டுக்குப் போய் அவள் கேட்கும் முதல்

கேள்வியே இது சொந்த வீடுதானே என்பதாகவே இருக்கும். கணவன் ஆமாம் என்று சொல்வான். ஆனால், அவளுடைய கனவுகளைப் பூர்த்தி செய்யக் கூடிய சந்தோஷ வீடாக அது இருக்காது. கையை உயர்த்தினால் மின்விசிறி தட்டுமளவிற்கான ஓட்டு வீடு. அவளுக்கு அதுவுமொரு புறாக்கூண்டுதான். மனசே மரத்துவிடும் அவளுக்கு.

இப்போது நம் அகல்யாவுக்கு கல்யாணமாகி இருபத்தியோரு வருடங்களாகிவிட்டன. மகனும், மகளும் இருக்கிறார்கள். அவள் மனதில் நிரந்த்தரமாய் தங்கிவிட்ட வீட்டுக்கானத் தகிப்பு, காதல், ஏக்கம் எதுவுமே மாறவேயில்லை. வீடு வாடகைக்கு என்று தினமும் வரும் விளம்பரத் தகவல்களைப் பார்ப்பதே அவளுக்கு சந்தோஷமான நேரமாய் மாறியிருந்தது. நேரம் கிடைக்கும் போதெல்லாம் ஆட்டோ பிடித்துச் சென்று பெரிய வீடுகளைப் பார்த்து வரும் மனநிலைக்கு மாறிவிடுவாள்.

அன்று மாலை ஆபிஸ் முடித்துவிட்டு வரும்போது அதே மாதிரி ஒரு விளம்பரத்தைப் பார்த்துவிட்டு வழக்கம் போல ஒரு வீட்டைப் போய் பார்ப்பாள். ஒரு தாத்தாவும், பாட்டியும் மட்டுமே இருப்பார்கள். ‘நாங்கள் இரண்டு பேர் மட்டுமே இருக்கிறோம். பாட்டிக்கு உடம்புக்கு முடியாது. ஒரு துணைக்குத்தான் மாடியில் வாடைக்குக் குடித்தனம் வைக்கிறோம். இந்தாம்மா சாவி, நீயே போய் வீட்டைப் பார்’ என்று சொல்வார் அந்தப் பெரியவர். சாவியைத் தன்னிடமே கொடுக்கும் வீடுகள் இருக்கிறதே, அது அவளுக்கு தன் வீடு மாதிரி பூட்டைத் திறந்து பார்க்கும் சந்தோசத்தைக் கொடுக்கும். அந்த வீட்டைத் திறந்தவுடன் பெரிய ஹால் .அதில் ஒரு ஊஞ்சல் இருக்கும். அவளது கனவு வீட்டில் ஊஞ்சல் இருக்காது. அவ்வூஞ்சல் அவளுக்கு கூடுதல் மகிழ்ச்சிதான். சமையலறை, அறைகள், கழிவறை விசாலமாக இருக்கும். கிச்சனில் ரோலிங்க் சேர் போட்டு சுழன்று போய் சமைக்க வேண்டுமென்று

ஆசைப்பட்டிருக்கிறாள். இங்கே ஒரு முக்காலியை வைத்திருப்பார்கள். அதுவும் அவளுக்கு கூடுதல் சந்தோஷம்தான். விறுவிறுவென கீழே வந்தவள் கையிலிருந்த ஆயிரம் ரூபாயை அட்வான்ஸ் தொகையாகக் கொடுத்துவிடுவாள். அவள் சொந்தவீட்டில் கணவன், பிள்ளைகள் இருப்பார்கள். ஆனால், இவளோ 'என் வீட்டுக்காரர் வெளியூரில் வேலைப் பார்க்கிறார். நான் மட்டும்தான் இருக்கிறேன். ஆபிஸ் போய்விட்டு சாயந்தரம் வந்துருவேன். கொஞ்சநாள்ல அவரும் வந்துடுவார், நாங்கள் இருக்கும் வீட்டில் கொஞ்சம் பிரச்சனை, அதனால் கொஞ்ச நாளைக்கு சாயந்தரம் மட்டும்தான் வருவேன். அவரு வந்தப்பறம் மொத்தமா வந்துடுவோம்' என்று ஏதேதோ சொல்லிவிட்டு கிளம்பிவிடுவாள்.

அவள் மட்டும் அந்தப் புது வீட்டிற்கு தினமும் மாலை வருவாள். கொஞ்சநேரம் இருந்துவிட்டு இரவு எட்டுமணி வாக்கில் பஸ் பிடித்து அவள் வீட்டுக்குக் கிளம்பி விடுவாள். இது அப்படியே போகும். தாத்தாவும், பாட்டியும் வேறு எதுவுமே விசாரிக்க மாட்டார்கள். அவர்களுக்கு ஒரு ஆள் குடி இருக்கிறார் என்பதே நிம்மதிதான்.

கொஞ்சநாட்களாக அவளது நடவடிக்கைகளில் மாற்றம் தெரிகிறதே என்று கணவனும், மகளும் சந்தேகப்படுவார்கள். 'நீ ஏன் தினமும் லேட்டா வர்ற?' என்று கேட்பார்கள். மூன்றாவது கேள்வியிலேயே கண்டுபிடித்தும் விடுவார்கள். 'ஒரு வீட்டில நீ மட்டும் தனியாவா இருக்க? யாரோட குடும்பம் நடத்திட்டு இருக்க. சொல்லு' என்று கணவன் கேட்பான். அப்படி ஒற்றைப் புள்ளியாய் தானே ஆண்களால் கேட்க முடியும்.

எனக்கு ரொம்ப சின்ன வயசிலிருந்தே அப்படியான வீட்டில இருக்கணும்னு ஆசை. மற்றபடி நீங்கள் சொல்றது மாதிரியெல்லாம் இல்லை என்று அவள் சத்தியம் செய்வாள். இது நம்ம வீடுதானே,

சொந்த வீடுதானே அப்பறம் ஏன் வாடகைக்குப் போய் இருக்கற என்று கேட்பார்கள். அவர்களுக்குப் புரியவே புரியாது. பல நேரங்களில் பல விஷயங்கள் ஆண்களுக்குப் புரிவதே இல்லை.

'என்ன சொல்லி என்ன, என்ன எழுதி என்ன, நான் சொல்ல வருவதைத் தவிர எல்லாம் புரிகிறது உனக்கு' என்று கவிஞர் கனிமொழி எழுதியதுதான் பல பேருக்கு வாழ்க்கையாக அமைந்து விடுகிறது. அவள் அந்தப் புது வீட்டைக் காலி செய்துவிட்டு வந்துவிடுவாள். ஆபீஸ் போகும்போது எப்போதாவது அந்த வீட்டை மிகவும் ஏக்கத்துடன் பார்ப்பாள். அந்த வீட்டில் ஒரு நடனக் கலைஞர் குடியேறி இருப்பார். அவருடைய உடையையும், சலங்கைகளையும் வெளியில் தொங்கவிட்டிருப்பார். ஒரு மயில் பீலி இருக்கும். அதைப் பார்த்துக்கொண்டே 'என் வீட்ல அந்தம்மா ரொம்ப சந்தோஷமா இருக்காங்க' என்று நினைத்தபடியே போய் விடுவாள் அகல்யா.

கல்யாணம் பண்ணிக் கொள்ளும் முன்பாக வாழப்போகும் வீட்டில் நான் போய் இருந்து பார்க்க வேண்டும் என்ற சக்கரியாவின் ஆஷாவையும், எனக்கான வீட்டில் நான் இருக்க வேண்டுமென்ற எஸ்.ராமகிருஷ்ணனின் அகல்யாவையும் ஒப்பிட்டுப் பார்க்கையில் பெண்களின் இடம் நகராமல் அங்கேயேதான் இருக்கிறதென்பது மிகுந்த மனசங்கடத்தைத் இருக்கிறது.

எம்.ஏ சுசிலா என்ற முக்கியமான மொழிபெயர்ப்பாளர் கோயம்புத்தூரில் இருக்கிறார். அவருடைய முதல் நாவலுக்கு நான் பதிப்பாளராயிருந்து வெளியிட்டேன். நூறு வருடங்களுக்கு முன்பான ஒரு பிராமணக் குடும்பத்தில் எட்டு வயதில் திருமணமாகி, ஒன்பது வயதில் விதவையான தனது அம்மாவைப் பற்றி அவர் எழுதியிருக்கும் கதைதான் அது. அதன்பிறகு, படித்து ஆசிரியராகி முப்பத்தைந்து வயதில் மறுமணம் செய்துகொண்டார். அப்போது பிறந்த

குழந்தைதான் சுசிலா. முழுவதுமாக நாவலை எழுதிவிட்டு என்னிடம் கொடுத்து 'ஒரு பதிப்பாளரா உன்னுடையக் கருத்துகள் வேண்டும் ஷைலு, அதன்பின் வெளியிடலாம்' என்று சொன்னார். அதைப் படித்து முடித்துவிட்டு அவரிடம் ஓவென அழுதேன்.

ஏனென்றால், விதவைத் தாயைப் பார்த்து வளர்ந்தவள்தான் நான். அப்பாவின் முகமே எனக்குத் தெரியாது. அதனால் அவற்றை முழுதாக என்னால் புரிந்துகொள்ள முடிந்தது. ஒருவேளை என்னுடைய அம்மாவை யாராவது மறுமணம் முடித்து நன்றாக வைத்திருந்தால் எப்படி இருந்திருக்குமென்று யோசித்த நாட்கள் அவை. இந்தக் கதை நடந்து நூறு வருடங்களானாலும், இன்றைக்கும் கிராமங்களில் பால்ய விவாகங்களைத் தடுத்து நிறுத்தப் போராட வேண்டியிருக்கிறது. ஒரு பக்கம் வளர்ச்சி என்று சொல்லிக்கொண்டிருக்கிறோம். இப்போதெல்லாம் சாதி இல்லையென்று சொல்வது போல, பெண்களுக்கு சுதந்திரமா இல்ல? என்று இயல்பாகக் கேட்டுவிட்டுப் போகிறோம். நம் வீட்டில் வந்து பெண் கேட்காத வரை சாதி இருக்காது, கேட்டுவிட்டால் சாதி வந்துவிடும். இதே நிலைதான் பெண் சுதந்திரத்திற்கும். கிராமங்களில் என்னுடைய சகோதரி வேலைப் பார்க்கும் பள்ளிகளில் தொங்கத் தொங்கத் தாலி போட்டு பதினோறாம் வகுப்பு படிக்கும் பதினாறு வயது பிள்ளைகளைப் பார்க்கலாம். அந்தப் பிள்ளைகளிடம் என்ன சொல்வதென்றே தெரியவில்லை. எட்டு வயதில் இருந்து பதினாறு வயதுக்கு பால்ய விவாகத்தை மாற்றி வைத்திருப்பதுதான் இந்த நூறு வருடத்தில் நம்மால் முடிந்த சாகசம்.

நண்பர்களே, எனக்கு மிகவும் பிடித்த சில படைப்பு வரிகளை உங்களுடன் பகிர விரும்புகிறேன். 'செய்திகளின் நாற்றம்' என்ற கதை. கே.ஆர் மீரா என்பவர் எழுதிய கதையது. மரண செய்திகளுக்காகக் காத்திருக்கும் பத்திரிகையாளராக ஒரு தினப்பத்திரிகையில் அன்னா

வேலைப் பார்ப்பாள். அவள் வேலை பார்க்கும் இடத்திலேயே காதலித்து கல்யாணம் செய்து கொண்ட கணவர், திருமணமான கொஞ்சம் வருடங்களில் தில்லியில் வேலை மாற்றலாகிப் போய் அப்படியே வேறொரு பெண்ணோடு வாழ்ந்து வருவார். அந்த துக்கம் அவளால் தாங்க முடியாதது. அந்த மன அழுத்தத்தை கடக்க முடியாத அன்னா வேலைகளில் இன்னும் தீவிரமாய் தன்னை ஈடுபடுத்திக் கொள்வாள்.

அன்னாவுக்கு வரும் செய்திகள் எல்லாவற்றையும் அவள் வாசனைகளாக உணர ஆரம்பிப்பாள். இறந்துபோனவர்கள் என்.ஆர். ஐ யாக இருந்தால் என்.ஆர். ஐ வாடையடிக்கும். மிளகாய் மண்டிக்காரர் இறந்தால் அந்த செய்தி கார நெடியடிக்கும். குடிகாரனிடம் அடி வாங்கி அழுதழுது வாழ்வை தீர்த்தவளின் மரணம் ஈர பிசுபிசுப்பான வாடையடிக்கும். இப்படியாக அந்த எழுத்தாளர் விவரித்துக் கொண்டே போவார். தீடிரென அவளுக்கு பாய்சன் சென்ட்டின் மணம் வரும். அந்த வாசனை தன்னுடைய கணவனின் காதலியுடையது. அவள் தன்னை சந்திக்க வருகிறாளோ என்று அவளுக்குத் தோன்றும். ஒரு முறை தலை குலுக்கி இல்லைஇல்லை அந்தளவுக்கு அவளுக்குத் தைரியம் இல்லையென்று நினைத்துக் கொள்வாள். வரிகளுக்குள் ஆயுள் முழுக்க நின்று யோசிக்கக்கூடிய வார்த்தைகளை எழுத்தாளர்கள் உள்ளே வைத்துக்கொண்டே இருக்கிறார்கள்.

என்.எஸ் மாதவன் என்ற கேரளாவின் மிக முக்கியமான எழுத்தாளர். ஐ.ஏ.எஸ் ஆபிசர். பீகாரில் தலைமை செயலாளராக இருந்து ஓய்வு பெற்றவர். ‘அதிக தூரங்கள் ஓடும்போது சொந்தங்கள் கூட மூச்சிரைத்து நின்று விடுகின்றன’ என்ற நிஜமான வரிகளை அவர் எழுதியிருக்கிறார். திருமணத்தின் போதும் நட்பின் தொடக்கத்திலும்

நீதான் எல்லாம், நீயில்லாமல் எதுவுமில்லை என்று சொல்பவர்கள் அப்படியே அதிக தூரம் ஓடுகையில் பாதியில் மூச்சிரைத்து நின்று விடுகிற பல திருமண பந்தங்களையும், நட்புகளையும், உறவுகளையும் நாம் பார்த்திருக்கிறோம். இப்படியான பல வரிகள்தான் மலையாளத்தில் என்னைத் தேடித் தேடி மொழிபெயர்க்க வைக்கின்றன.

மறுபடி நான் ஆரம்பித்த இடத்திற்கே வருகிறேன். எனக்கு வட்டம் பிடிக்கும். ஏனென்றால் அதில் முதலுமில்லை, கடைசியுமில்லை. அதனால் வட்டம் எனக்கு மிகவும் பிடிக்கும். அந்த வட்டத்திற்காக நான் மீண்டும் பாலச்சந்திரனிடம் வருகிறேன்.

பாலச்சந்திரன் சுள்ளிக்காடு கேரளாவில் செல்வாக்கான குடும்பத்தில் பிறந்தவர். அவர் தன்னுடைய பதினேழு பதினெட்டு வயதுகளில் புரட்சிகரமான சிந்தனைகளால் ஈர்க்கப்பட்டு பல புரட்சிகர கவிதைகளை வாசிக்கவும் சிலாகிக்கவும் எழுதவும் கூடியவர். போலீஸாரால் தேடப்பட்டவர். மாதவிகுட்டியோடு சேர்ந்து வேலைப் பார்த்தவர். படிக்கும் வயதில் இப்படியான செயல்பாடுகள் வீட்டில் நிறைய பிரச்சனைகளைக் கொண்டு வர தன்னுடைய ஒரே தங்கையிடம் கூட சொல்லாமல், கேரள வீடுகளில் மாலையில் ஏற்றி வைத்திருக்கும் தீப ஒளியைப் பார்த்தபடியே ஒரு மாலை வேளையில் வீட்டைவிட்டு வெளியேறியவர். ஆனாலும், அவருடைய கவிதைகளின், படைப்புகளின் முக்கியத்துவம் காரணமாக கேரளாவில் உள்ள எல்லா கல்லூரிகளிலும் அவரை சிறப்பு விருந்தினராக அழைப்பார்கள். ஆனால், அடுத்தவேளை சாப்பாட்டிற்கு உத்தரவாதமில்லை. ஒரு நண்பரின் அறையில் போய் தங்கி விடுவார். கொஞ்சநாட்கள் அப்படியே இருக்கிறார். இருபது வருடங்களுக்கு முன் பார்த்தால், இப்படி வந்து தங்குபவர்கள் கிளம்புவதற்கே ஏழெட்டு

வருடங்களாகும். அங்கிருந்தபடியே பல வேலைகள் செய்வார்கள். இப்போதெல்லாம் அப்படியான வழமைகளே பல வீடுகளிலும் நண்பர்களின் அறைகளிலும் இல்லாமலேயே போய்விட்டது.

இரண்டு நாட்களில் ஓணம் திருவிழா வருவதால் நான் வீட்டுக்குப் போகிறேன். நீ கிளம்பிவிடு என்று பாலச்சந்திரனிடம் அந்த நண்பர் சொல்வார். திடீரென வெளியே போகச் சொன்னால் என்ன செய்வது என்று பதறிப்போய் பாலன் கேட்பார். நான் இல்லாமல் நீ மட்டும் தங்கினால் வீட்டு ஓனர் திட்டுவாரென நண்பர் சொல்வார். வெளியே கிளம்புவதற்கு மனதளவில் தயாராகி கையில் காசு இல்லாததால் நண்பரிடம் பணம் கேட்பார் பாலச்சந்திரன், ஏற்கனவே கஷ்டத்தில் இருக்கும் அந்த நண்பர் ஐந்து ரூபாய் கொடுப்பார். அதை வைத்துக் கொண்டு டீ, வடை, பொரி என்று திருவனந்தபுரம் தெருக்களில் மூன்று நாட்களை ஓட்டுவார். கையில் காசு தீர்ந்துவிடும். விடிந்தால் ஓணம். பசியில் பைப்பில் தண்ணீர் பிடித்துக் குடிப்பார். காலியான வயிற்றில் ஏதும் இல்லாததால் வாந்தி வரும். பசியில் ஏற்பட்ட களைப்பும் சோர்வும் அதிகரித்து தெருவில் நடந்துபோகையில் வீடுகளில் தேங்காய் எண்ணெயால் ஓணத்திற்கு செய்யப்பட்ட பலகாரங்களின் வாசனை நாவில் எச்சில் ஊற வைக்கும். ஏதாவதொரு வீட்டில் நின்று பிச்சை எடுத்துவிடலாமா என்றுத் தோன்றும். பிறகு, பிச்சை எடுப்பதா? என்றும் தோன்றும். தனது வீட்டில் நடக்கும் பெரிய விருந்தைப் பற்றியுமான யோசனைகள் மாறி மாறி வந்து தள்ளாடியபடியே நடக்க வைக்கும்.

ஒரு வீட்டைக் கடக்கும்போது மனசு சொல்வதற்கு முன்னாலேயே கால்கள் நின்றுவிடும். அந்த வீட்டில் அப்படியொரு உணவின் மணம் காற்றில் கலந்திருக்கும். குழந்தைகள் புத்தாடைகள் அணிந்து விளையாடிக் கொண்டிருப்பார்கள். தலைமுடி அழுக்குடன் சிக்காகி,

உடம்பு, உடை அழுக்காய் மிகவும் பரிதாபமானத் தோற்றத்தில் பாலன் அந்த வீட்டு வாசலில் போய் நிற்பார். என்ன பிச்சையா என்று ஒரு வயதான அம்மா கேட்பார். பசிக்கிறதென பாலச்சந்திரன் சொல்வார். 'அய்யோ, சிவ சிவா இன்னைக்குப் போய் பிச்சைக் கேக்கணுமா' என அந்த பாட்டி முணுமுணுப்பாள். கேரள பூமி எப்படி இருக்கிறதென்று மகாபலி சக்கரவர்த்தி தன் நாட்டு மக்களை பார்க்க வரும் ஒரு பின்கதைதான் ஓணம்.

''வீட்டுக்குப் பின்னாடி போய் உட்காரு'' என்று சொல்லிவிட்டு, ஒரு பிச்சைக்காரன் வந்திருக்கான் பாவம், அவனுக்கு சாப்பாடு கொடுங்கள் என்று வீட்டுக்குள் குரல் கொடுப்பாள். வீட்டின் பின் வாசலில் தரையில் உட்கார்ந்திருக்கும் பாலச்சந்திரனின் முன்னால் இலை விரிக்கப்பட்டு அனைத்து பட்சணங்களும் பரிமாறப்படும். நாவில் எச்சில் வடிய அவசர அவசரமாக சோற்றைப் பிசைந்து குனிந்து முதல் வாய் வைக்கையில், கொலுசணிந்த இரண்டு அழகான, இளமையான, புது உடையணிந்த கால்கள் அவர் முன்னால் ஒரு நிமிடம் நிற்கும். கால்களில் பதட்டம் படர மீண்டும் வீட்டுக்குள் ஓடும்.

வீட்டுக்குள் ஓடியவள், அய்யோ! அது பிச்சைக்காரன் இல்லை. பாலச்சந்திரன் சுள்ளிக்காடு என்ற கவிஞன். போன வருடம் எங்க கல்லூரிக்கு வந்த கெஸ்ட். அவர்கிட்டதான் நான் பரிசு வாங்கினேன் என்று கத்தி சொல்வாள்.

கையிலெடுத்த சாப்பாடு அப்படியே இருக்கும். கவுரவம்தான் முக்கியம் என்றால் அப்படியே எழுந்துவிடலாம். கவுரவத்தையும், மரியாதையையும் விட பசியின் வதை மூர்க்கமானது என்று முடிவெடுத்து மொத்த சாப்பாட்டையும் காதுகளில் விழும் சத்தங்களை சட்டை செய்யாமல் சாப்பிட்டு முடிப்பார்.

நீங்கள் சொல்லியிருக்கலாமே என்று அந்த வீட்டில் உள்ளவர்கள்

மிகவும் சங்கடத்துடன் கேட்பார்கள். பரவாயில்லை, பசி அதிகமாக இருந்ததால்தான் என்று சொல்லிவிட்டு கிளம்பிவிடுவார். இப்படி திருவோணம் அன்று பிச்சையெடுத்த அந்த விஷயத்தை அவர் எழுதியிருப்பார். ஏன் இவ்வளவு கஷ்டப்படுகிறோம், திருவோணத்தன்று ஏன் பிச்சையெடுக்கிறோம். திரும்ப வீட்டிற்கே போய்விடலாமா என்று அவருக்குத் தோன்றும். வீட்டுக்குப் போக காசு இருக்காது. திருவனந்தபுரம் மெடிக்கல் காலேஜில் ரத்தம் கொடுத்தால் பணம் தருவதாக சிலர் சொன்னதைக்கேட்டு, ரத்தம் கொடுக்கப் போவார். வரிசையில் என் தங்கைக்கு மருந்து வாங்குவதற்காக நானும் ரத்தம் கொடுக்க வந்திருக்கிறேன் என்று பக்கத்தில் இருப்பவர் சொல்வார். வீட்டை விட்டு வெளியே சுற்றி முடியாமல் போனதால் வீட்டிற்கே திரும்ப ஆசைப்படுகிறேன், ஆனால் காசில்லை. அதற்காக ரத்தம் கொடுக்கிறேன் என்று பாலச்சந்திரன் சொல்வார். ஒரு யூனிட் ரத்தம் எடுத்துக் கொண்டு இருவரிடமும் பதினாறு ரூபாய் கொடுப்பார்கள்.

ஆங்கிலத்தில் மருந்தின் பெயர் எழுதிக் கொடுத்திருப்பதால், எனக்கு மருந்து வாங்கத் தெரியாது. நீங்கள் வந்து வாங்கித் தருவீர்களா என்று பக்கத்தில் நின்றிருந்த கிருஷ்ணன்குட்டி பாலனிடம் கேட்பார். இருவரும் மருந்துக் கடைக்குப் போவார்கள். அந்த மருந்து இருபத்தியேழு ரூபாய் என்று மருந்துக் கடையில் சொன்னவுடன் தங்கைக்கு மருந்து வாங்க முடியாதோ என்று கிருஷ்ணன்குட்டி பதறிப்போவார். தங்கைக்கு மருந்து வாங்கிக் கொள்ளுங்கள் என்று தனது பதினாறு ரூபாயையும் கொடுத்துவிட்டு பாலச்சந்திரன் அங்கிருந்து கிளம்பிவிடுவார்.

இதைப்படித்த குன்றக்குடி அடிகளார் 'பாலச்சந்திரனின் ரத்ததானம், கோபுர கலசங்களில் தேங்கிநிற்கும் நீரைவிட புனிதமானது' என்று

எனக்கொரு கடிதம் எழுதியிருந்தார். இந்த வரிகளை நானும் நீங்களும் சொல்லிவிடலாம், ஆனால் ஒரு மடாதிபதி, ஆதீனம் சொல்லும்படி வாழும் பாலசந்திரன் வரலாற்றில் மீந்து நிற்பார்.

நண்பர்களே, நாம் ரத்தங்களை, மனங்களை, இருந்தால் செல்வங்களை தானம் செய்து வாழப் பழகுவோம். Joy of Giving என்பதை மறுபடி மறுபடி நாம் உணர வேண்டியிருக்கிறது. அதன் மூலம் நமதென்று இல்லாமல் பிரபஞ்சத்திற்காய் வாழ்வோம்.

நன்றி.

நேர்காணல் 2

உங்கள் குடும்பப் பிண்ணனி, எழுத்து, படிப்பார்வத்தில் ஈடுபாடு ஏற்பட்டது எப்படி? மொழிபெயர்ப்பில் முதல் தடம் பதித்தது எப்படி? எல்லாவற்றையும் விரிவாக சொல்லுங்களேன்

எனக்குப் பூர்வீகம் கேரளா, பாலக்காடு. அப்பாவும் அம்மாவும் நான் பிறப்பதற்கு முன்னாலேயே தொழில் சார்ந்து தமிழ்நாட்டுக்கு வந்தவர்கள். மோட்டார் தொழிலின் பரிச்சயம் காரணமாக இடம் தேடி திருவண்ணாமலைக்கு வந்து செட்டிலானவர்கள். இங்கேதான் நான் பிறந்தேன். திருவண்ணாமலைக்கு வந்த அப்பா நான் பிறந்து ஐந்து மாதமான போது உடல்நிலை சரியில்லாமல் இறந்துவிடுகிறார். அம்மாவும் மூன்று பெண் குழந்தைகளுமாக தாய் மாமாவின் பாதுகாப்பில் இந்த ஊரிலேயே வாழப்பழகுகிறோம்.

இருபது வயதில் வாழ்வு சூன்யமானதை மறப்பதற்கு முயற்சி செய்ய அம்மாவிற்கு ஏதோ ஒன்று தேவைப்பட்டது. என்ன யோசித்தும் தன் தனிமையையும் தன் வலியையும் தீர்க்க அவரால் முடியவில்லை. ஆனால் காலம் எல்லாவற்றிற்கும் களிம்பு போடுவது மட்டுமல்லாமல் காப்பாற்றியெடுக்கவும் செய்யும்தானே. அப்படித்தான் அம்மாவை

வாசிப்பின் வாசலில் கொண்டுபோய் போட்டது. அம்மா தன்னுடைய எல்லா துக்கங்களுக்கும் புத்தகங்களில் வடிகால் தேடிக்கொண்டாள். வரலாற்று புதினங்களும் சமூக புதினங்களும் தொடர்கதைகளும் அவள் வாழ்வை வேறு எதையும் சிந்திக்க விடாமல் இயங்கவைத்தன. தேடித்தேடி வாசிக்க ஆரம்பித்தாள்.

அப்படி அம்மா படிக்க ஆரம்பித்த நாட்களில் நாங்கள் பள்ளி மாணவிகளாக இருந்தோம். அதனால் அம்மா படித்த புத்தகங்களை நாங்களும் படிக்க ஆரம்பித்தோம். அம்மாவின் புத்தகங்களை மீறி நாங்கள் மேலும் தேடினோம்.

விடுமுறை நாட்களில் சேலத்தில் இருந்த சித்தியின் வீட்டுக்குப்போவோம். சித்தி ஒரு தீவிர வாசகி. ரொம்ப அறிவாளி. வீடு முழுக்க புத்தகங்கள். தேக்கு மரத்தில் இழைத்த சுவர் அலமாரிகளில் கண்ணாடி கதவுகளுக்குப் பின்னால் புதிய வாசனையும், பழைய மக்கிய வாசனையுமாக புத்தகங்கள் குவிந்திருக்கும். தனுடைய வாசனைகளில்தான் பெரும்பாலும் என்னுடைய விடுமுறை நாட்கள் கடந்திருக்கின்றன. ஜெயகாந்தன் பரிச்சயமானதெல்லாம் எனக்கு அப்படித்தான். எட்டாவது படிக்கும்போது ''சில நேரங்களில் சில மனிதர்கள்'' படிச்சிட்டு தூங்கப்போய் கங்காவோடு பேசிகொண்டிருந்திருக்கிறேன். வாசந்தியின் இந்துமதியின் சிவசங்கரியின் கதாநாயகிகள் எனக்கு ஸ்நேகமான நாட்கள் அவை. நா.பார்த்தசாரதி, தி.ஜா., பாலகுமாரன், சுஜாதா என படிக்க ஆரம்பித்தபோது கல்லூரிக்கு வந்துவிட்டிருந்தோம்.

வாசிப்பு கொடுத்த தைரியத்தில் கொஞ்சம் எழுத, கல்லூரி ஆண்டு மலரில் எழுத, ஆண்டு விழாவில் கவிதை வாசிக்க என தொடர உடன் படிப்பவர்கள் எழுத்தாளர் ரேஞ்சுக்கு நம்மை உயர்த்திவிட்டார்கள். ரொம்ப சந்தோஷமான நாட்கள் அவை. எத்தனை சிறுகதைகள்,

எத்தனை கவிதைகள். இப்ப நெனச்சா சிரிப்பா வருது, ஆனா எல்லாருமே இப்படி ஒரு குழந்தை தனத்தை தாண்டித்தான் வந்திருக்கணும்.

எம்.காம்., முடித்துவிட்டு வந்த புதிதில் எனக்கு தமிழ்நாடு முற்போக்கு எழுத்தாளர் சங்கத்தோடு அறிமுகம் கிடைத்தது. பவா செல்லதுரையும், எஸ்.கருணாவும் நண்பர்களோடு சேர்ந்து மிகத் தீவிரமாக திருவண்ணாமலையில் இயங்கிக் கொண்டிருந்த நாட்கள் அவை. நானும் சகோதரி ஜெயஸ்ரீயும் புத்தகங்கள் படிப்பவர்கள் என்று தெரிந்து கொண்ட இந்த இரு நண்பர்களும் எங்களை எழுத்தாளர் சங்க மாநாட்டிற்கு எப்படியாவது கூட்டிக்கொண்டு வந்து விட வேண்டுமென்ற ஆர்வத்தோடு செயல்பட்டார்கள். அப்படி நாங்கள் போனபோதுதான் எழுத்தில் வேறு ஒரு தளம் இருக்கிறதென்றும் மேட்டுக் குடிகளுக்கு மட்டுமானதில்லை எழுத்து என்பதும் எங்களுக்குப் புரிந்து கொஞ்சம் நிதானப்பட ஆரம்பித்தது.

முப்பது வருடத்திற்கு முன்னால் புது ஈர்ப்போடு எழுத வந்த, நவீன இலக்கியத்தை நிர்ணயிக்கும் புதிய நிர்மாணிகளான ஜெயமோகன்,எஸ்.ராமகிருஷ்ணன், கோணங்கி, பவா செல்லதுரை, வேல ராமமூர்த்தி, ச. தமிழ்செல்வன், உதயசங்கர், போப்பு, ஷாஜஹான் என எல்லோரையும் ஒரே இடத்தில் பார்த்தேன். பாடகர்கள், கவிஞர்கள், நிகழ்த்து கலைகள் என நான் பார்த்த ஏதும் அதுவரை கண்டிராதவை. ஏதேதோ மனபாரங்களால் அழுத்தப்பட்ட சிறு பெண்ணாய் பல சுழலில் அகப்பட்டு கடைசியாக மிகச் சரியான இடத்தில் நங்கூரமிட்டது போலானது வாழ்க்கை. மீண்டும் தேடல் வேறு பாதையில் திரும்பி கு.பா.ரா., கு. அழகிரிசாமி, பிரபஞ்சன், சுந்தர ராமசாமி, அம்பை என நீண்டு கொண்டேபோனது. இதில் அம்மா எங்களோடு இணைந்து கொண்டாள். அப்படியே மாறி நாங்கள் படிப்பதை அம்மா படிக்கலானாள்.

இதற்கிடையில் நான் எழுதுவதை முற்றிலுமாக நிறுத்தி விட்டிருந்தேன். எது நல்ல எழுத்து என்பது உள்ளுக்குள் ஊற ஆரம்பித்திருந்தது.

அடுத்த பத்து வருடங்களில் என்னென்னவோ நடந்துவிட்டிருந்தது. எனக்கு மிகவும் பிடித்த பவாவை திருமணம் செய்திருந்தேன். முற்போக்கு எழுத்தாளர் சங்கத்தில் நகர செயலாளராக ஆறு வருடங்கள் பொறுப்பிலிருந்தேன். என் வாழ்வில் நடந்த அத்தனை சந்தோஷங்களைப்போல பெருந்துக்கமும் பொது வாழ்வில்தான் நடந்தது. ஒரு இலக்கியக் கூட்டத்தின் நடுவில்தான் என் மூத்த மகன் சிபியை நாங்கள் இழந்தோம். அவன் வலி என் அடிவயிற்றில் மூண்டெழுந்து எரிந்து கொண்டிருக்கும் தீ ஜ்வாலையை கட்டுப்படுத்த நான் எடுத்திருக்கும் பணிகளே என் பின்பாதி வாழ்க்கை.

நான் முற்போக்கு எழுத்தாளர் சங்கத்தின் நகர செயலாளராக பொறுப்பிலிருந்தபோது நண்பர்களோடு திட்டமிட்டு நடத்தியதுதான் ''முற்றம்'' என்ற இலக்கிய நிகழ்வு. அது மிகச்சிறப்பாக நடந்து கொண்டிருந்தது. மாதத்தில் ஒரு நாள் மாலை எல்லோரும் நூற்றாண்டு பழமை கொண்ட டேனிஷ் மிஷன் பள்ளி வளாகத்தில் கூடுவோம் . ஒரே ஒரு இலக்கியவாதிதான் அன்றைக்கு பேசுவார்.. மேடையில்லை,அலங்காரமில்லை, நேரம் செலவிடும் வீண் புகழ்ச்சியில்லை. அந்த நிகழ்வு படைப்பாளிகளை வாசகனின் அருகில் போய் நின்று அவன் மனசாட்சியோடு பேசியது. எழுத்தாளனும், தன் உள்ளே ஒன்றுமே இல்லையென கவிழ்த்து கொட்டினான். வாசகனும் படைப்பாளியும் மொழியின்றி உரையாடினார்கள்.

தமிழ்நாட்டில் அழைக்க இலக்கியவாதிகளே இல்லை என்றானபோது எங்கள் எல்லை சற்று விரிந்து கேரளாவிற்கு போனது. அந்த சமயத்தில் வெளிவந்த ''ஆரண்யம்'' என்ற பத்திரிகையை ஸ்ரீபதி

பத்மநாபா கோவையிலிருந்து கொண்டுவந்தார். அதில் ஸ்ரீபதி மொழிபெயர்த்த ஒரு கட்டுரை வெளிவந்திருந்தது. அது கேரளாவின் சொத்து என்று அறியப்படுகிற பாலச்சந்திரன் சுள்ளிக்காடு எழுதிய கட்டுரை. பாலச்சந்திரன், நடிகர் சிவாஜி கணேசனை சந்தித்த சம்பவத்தை மிக சுவாரஸ்யமாக எழுதி, அதன் மொழிபெயர்ப்பு வெளியாகியிருந்தது. அதை படித்ததிலிருந்து எப்படியாவது அந்த கவிஞனை சந்தித்துவிடும் ஆவலில் இருந்தோம். அடுத்த முறை அவர் தமிழ்நாட்டிற்கு வந்ததே திருவண்ணாமலை முற்றத்தில் பேசுவதற்காகத்தான். அந்த ஒரு நாள் எனக்கு தனிப்பட்ட விதத்தில் மிகப்பெரிய மாற்றத்தை நிகழ்த்தப் போகிறதென்று நான் அன்று உணரவேயில்லை.

கவிதை குறித்து இரண்டு மணி நேரம் பேசிய பாலச்சந்திரன் மறுநாள் காலை ஒரு குழந்தையின் களங்கமற்ற தன்மையோடு என்னிடம் தன் புத்தகத்தைக் காண்பித்து இதில் ஒரு பகுதியை நான் உங்களுக்கு வாசிக்கட்டுமா என்றார். வீடு அப்படியே உற்சாகமேறியது போலானது. தொழில்நுட்ப வசதி அதிகம் இல்லாத நாட்களாகயிருந்ததால் ஒரு டேப் ரிக்கார்டரில் அவருடைய கம்பீரமான குரலைப்பதிவு செய்தோம். இரண்டு மூன்று பகுதிகளை எங்களுக்கு வாசித்து காட்டினார். போகும் போது ''ப்ரியப்பட்ட ஷைலஜக்கி பாலன்'' என்று எழுதி கையொப்பமிட்டு புத்தகத்தை என்னிடம் கொடுத்துவிட்டு போனார். அதுவரை தாய்மொழி மலையாள மானாலும் எனக்கு எழுதவோ படிக்கவோ தெரியாது. பேச மட்டும்தான் தெரியும். ஆனால் புத்தகத்தை அம்மா படித்துவிட்டு கொஞ்சநாள் யாரோடும் பேசாமல் மௌனம் காத்தார். அவர் அடைகாத்த மௌனத்தை நான் என்னுள் அப்படியே ஸ்வீகரித்துக் கொண்டேன்.

அந்த வயதில் அம்மாவிடம் தாய்மொழி கற்றுக்கொடுக்கச் சொல்லிக் கேட்பதில் ஒரு சிறு சங்கடமுமிருந்தது. ஆனாலும் அந்த

புத்தகத்தை படித்துவிடும் தவிப்புமிருந்தது.. மலையாளம் வாசிக்க புதிதாய் கற்றுக் கொண்டு மொழிபெயர்த்த ஒரு பகுதி நண்பர்களால் மிகவும் பாராட்டப்பெற்றது. அது கொடுத்த மகிழ்விலும் உற்சாகத்திலும் அடுத்தடுத்த பகுதிகளை மொழிபெயர்த்தோன். அதனிடையில் எர்ணாகுளம் போய் பாலனை அவர் வீட்டில் சந்தித்து அதற்கான அனுமதியும் வாங்கிவிட்டு வந்தேன். எர்ணாகுளம் பஸ்ஸிரங்கி ஆட்டோ ஸ்டேண்டில் போய் பாலச்சந்திரன் சுள்ளிக்காடின் வீடு என்றதும் ‘‘நம்ம பாலனோ’’ என்று ஆட்டோகாரர்கள் வீட்டில் கொண்டுபோய் விட்டார்கள். நிஜமாகவே பாலசந்திரன் கேரளாவின் சொத்து என்று அறியப்படுபவர் மட்டுமல்ல, எளிய மக்களால் கொண்டாடப்படுபவரும்கூட.

அதன் பிறகான பன்னிரெண்டு புத்தகங்களின் மொழிபெயர்ப்புக்கும் அதுவே அடிப்படை. முதல் புத்தகமான சிதம்பர நினைவுகள் தொடர்ந்து என்.எஸ்.மாதவனின் ‘சர்மிஷ்ட்டா’ , கெ.ஆர். மீராவின் ‘சூர்ப்பனகை’ மம்முட்டியின் ‘மூன்றாம் பிறை’ , கல்பட்டா நாராயணனின் ‘சுமித்ரா’ ,சிஹாபுதின் பொய்த்தும்கடவின் ‘யாருக்கும் வேண்டாத கண்’, பாக்யலஷ்மியின் ‘ஸ்வரபேதங்கள்’, உமா ப்ரேமனின் ‘கதை கேட்கும் சுவர்கள்’ எம்.டி.வி.யின் ‘இறுதி யாத்திரை’, தமிழ் - மலையாள சிறுகதைகளின் தொகுப்பான ‘ பச்சை இருளனின் சகா பொந்தன் மாடன்’ , நான்கு மொழி தொகுப்பான ‘ தென்னிந்திய சிறுகதைகள்’ வெளி வந்திருக்கிறது. புதிய நாவல் ஒன்றும், எம்.முகுந்தனின் சிறுகதை தொகுப்பொன்றும் மொழிபெயர்க் கவிருக்கிறேன்.

இன்றைக்கு மொழிபெயர்ப்பு பரவலாகிவிட்டது. தமிழில் முன் எப்போதையும் விடவும் மொழிபெயர்ப்புக்கு ஒரு தனி வெளி உருவாகிவிட்டது. பலரும் ஆர்வத்துடன்

மொழிபெயர்ப்பில் இறங்கியிருக்கிறார்கள். இந்த சூழலை நீங்கள் எப்படி பார்க்கிறீர்கள்?

மிகவும் வரவேற்கத்தக்க சூழல். வாசிக்க பழகிய நம் எல்லோருக்குமே ஏதோ ஒரு வகையில் சோவியத் புத்தகங்கள் கிடைத்திருக்கிறது. அடைந்து கிடந்த என் போன்றவர்களுக்கும் அதுவே முதல் விதை. மொழிபெயர்ப்பு இல்லையென்றால் இதெல்லாம் சாத்தியமேயில்லை.

ஒரு முறை கெ. ஆர்.மீராவின் மொழிபெயர்ப்பான 'சூர்ப்பனகை' புத்தகத்தை ஐந்து பிரதிகள் காசு கொடுத்துதான் வாங்குவேன் என்று பிடிவாதம் பிடித்த எழுத்தாளர் நாஞ்சில் நாடனிடம் எதற்கு ஐந்து புத்தகங்கள் என்று கேட்டபோது இப்படி ஆறாவது முறை இந்த புத்தகத்தை ஐந்து பிரதிகள் வாங்குவதாக சொன்னார். இப்படி வாங்கி என் பெண் தோழிகளுக்கு கொடுக்கிறேன் அதுவும் முக்கியமாக பெண் படைப்பாளிகளுக்குக் கொடுக்கிறேன், இன்னும் பத்து வருடங்களிலாவது நாம் இந்த இடத்தை எட்டி விட வேண்டுமென்று சொல்வதாகவும் சொன்னார். நான் இதை எப்படி பார்க்கிறேன் என்றால் மொழிபெயர்ப்பு ஒரு மௌனமான சவால் என்றே தோன்றுகிறது. அதை நாம் நேருக்கு நேர் சந்திக்க வேண்டும். அதுவே நம் மொழியின் வளமும்கூட.

மொழிபெயப்புக்கான அளவுகோல் என நீங்கள் எதை வைத்திருக்கிறீர்கள்? அதாவது மலையாளத்திலிருந்து தமிழுக்கு மொழிபெயர்க்கும்போது தமிழுக்கேற்ப சில மாற்றங்கள் அவசியமா, அல்லது உள்ளது உள்ளபடியே மொழிபெயர்க்க வேண்டும் என நினைக்கிறீர்களா? அசோகமித்திரன்

மூலமொழியில் ஆசிரியர் குறிப்பிட்டிருக்கும் வார்த்தையோ அர்த்தமோ சிதைந்து விடாமலிருக்கவேண்டும் என்பார். இங்கேயோ ஒரு ஸ்காட்லாண்டிய கதையை சென்னை பாஷையில் மொழிபெயர்ப்பவர்களும் இருக்கிறார்கள். இது பற்றி உங்கள் கருத்து?

இதை இரண்டு விதமாக பிரித்துக் கொண்டேயாகவேண்டும் பிராந்திய மொழி, அந்நிய மொழியென. பிராந்திய மொழிகளிலிருந்து வரும் இலக்கியங்களில் கலாச்சாரம், பழக்கங்கள், பேச்சு எல்லாம் கிட்டத்தட்ட ஒரே மாதிரியிருக்கும். வட்டார மொழியல்லாது ஒரு பொது மொழியில் அதை கொண்டுவந்தாலே போதும். வாசகனை உள்ளே நுழையவிடாமல் படீரென மனக்கதவை அறைந்து சாத்திக்கொள்ளாமல் சொந்த மொழியில் வாசிக்கும் சுகத்தோடு படைப்புக்குள் கொண்டுபோய்விடும். மூலமொழிக்கு மிக நேர்மையாகவும் அர்த்த பிழற்வுகள் ஏற்படாமலும் இருப்பது மிக அவசியம்.

அந்நிய மொழிக்கும் அதேதான். அதில் இன்னும் கவனம் தேவை. அந்நிய மொழியிலிருந்து மொழிமாற்றம் செய்யும்போது பொது மொழியில் கொண்டு வருவதில் மிகுந்த கவனம் தேவை. இல்லையென்றால் இப்படி ஸ்காட்லாண்ட் கதாபாத்திரம் சென்னை தமிழ் பேசி கேவலப்பட்டு போகும்.

வட்டார மொழியில் எழுதப்பட்ட சில பிராந்திய மொழி நாவல்கள் மொழிபெயர்ப்புக்கு மிகுந்த சவாலாக அமைவதும் உண்டு.

டிஜிட்டல் யுகத்தில் இங்கிருக்கும் படைப்பாளர்களுக்கே படைப்புகளை வெளியிடுவதற்கான போதுமான தளம் இல்லாதபோது மொழிபெயர்ப்புகளுக்கான தேவை இருக்கிறது என நீங்கள் கருதுகிறீர்களா?

எல்லா காலகட்டங்களிலும் அதனதன் தேவைகள் பூர்த்தி செய்யப்பட்டபடியேதான் இருக்கும். சொந்த மொழி படைப்புகள் வெளியிடமுடியாமலும் போகலாம். அதே சமயம் மொழிபெயர்ப்புகளுக்கு அதிக தேவையும் இருக்கலாம். அது அந்த படைப்பைப் பொறுத்து அமையும்.

வணிகம் படித்தவர் நீங்கள், இலக்கியத்தில் உங்கள் நுழைவு எப்படி ஏற்பட்டது?

கல்லூரியில் தமிழ் இலக்கியம் படிக்காததால்தான்.

படிக்கும் துறைக்கும் இலக்கிய ரசனைக்கும் ஏதும் சம்மந்தம் இருக்கிறதா என்ன? இன்னும் சொல்லப்போனால் தமிழ் படித்தவர்களுக்கும் அதன் வழி தமிழ் பேராசிரிகளாய், ஆசிரியர்களாய் வேலையில் இருப்பவர்களுக்கும் தமிழ் இலக்கியத்திற்கும் பெரிதாய் நெருக்கம் இருப்பதாய் எனக்குத் தோன்றவில்லை. அவர்கள் ஒற்று பார்ப்பவர்களாகவும் தன்னிடம் எம்.ஃபில்., பி.ஹெச்.டி., படிக்க வருபவர்களிடம் ஒரு கதையையோ நாவலையோ எப்படி பகுத்துப் பார்ப்பது என்று சொல்லிக்கொடுப்பவர்களாகவுமே இருக்கிறார்கள்.

இலக்கியம் என்பது வேறு. சுழித்து ஓடும் நீரின் சுழிப்பு மாதிரி ஓடிக்கொண்டேயிருக்கும். அதன் ஒரு துளி கைகளுக்குள் அகப்பட்டால் போதும் இந்த வாழ்வு அர்த்தப்பட. அதற்கு எந்த அகாடெமிக் டிகிரியும் தேவையில்லை.

ஏன் மொழிபெயர்ப்போடு நிறுத்திக்கொண்டீர்கள்?

இல்லையில்லை. சொந்தமாகவும் சில கட்டுரைகள் எழுதிக்கொண்டிருக்கிறேன். புனைவுகள்....எழுத வேண்டும். தானாக கனியவேண்டுமென அந்த நிமிடத்திற்காய் காத்திருக்கிறேன். இப்போதும்கூட 'அந்திமழையில்' தொடர்ந்து கட்டுரைகள் எழுதினேன். அந்திமழை கட்டுரைகளும் பொது கட்டுரைகளுமாக தொகுத்து ''முத்தியம்மா'' என்றொரு தொகுப்பினை வெளியிட்டிருக்கிறேன்.

மொழிபெயர்ப்பில் நீங்கள் எதிர்கொள்ளும் சவால்கள் என்னென்ன?

முதலாவதாக அங்கீகாரம். மொழிபெயர்ப்பு என்பதைவிட மொழியாக்கம் என்ற இந்த படைப்பாக்கம் மிகவும் உரிய முறையில் அங்கீகரிக்கப்பட வேண்டும். ஏதேதோ நாடுகளின் மக்கள், அவர்களின் மனநிலை, அந்த நாட்டின் தட்பவெப்பமென ஒரு மொழி பெயர்ப்பாளர் கட்டி இழுத்துக்கொண்டு வர வேண்டியது எவ்வளவோ இருக்கிறது. அதற்கு கடுமையான உழைப்பும், நேரத்தையும் செலவிட வேண்டியிருக்கிறது. மூன்று மடங்கு வேலை செய்துதான் ஒரு பணியை நிறைவு செய்ய வேண்டியிருக்கிறது. அவன் அல்லது அவள் அங்கீகரிக்கப்படவேண்டும்.

இப்படி பல மணி நேரங்கள் உழைத்து கொண்டுவரும் ஒரு புதிய மொழிபெயர்ப்பு வாசகர்களால் நிராகரிக்கவும்படலாம். அது வேறு. அதை யாராகயிருந்தாலும் ஏற்றுக் கொள்ளவேண்டும்.

மொழிபெயர்ப்பில் எனக்கு சவாலானவொன்று மொழிதான். சிலையை சிதிலமடையாமல் கொண்டுவர வேண்டும் இல்லையா. உளியின் ஒரு தட்டலில் மொத்தமும் சிதைந்துவிடாத லாவகம்

இயல்பாய் கைகூடி வரவேண்டும் என்ற பதட்டம் மட்டுமே. தமிழ் வாசகர்களின் மனதில் ஸ்திரமாய் உட்கார்ந்து கொள்ள வேண்டும் என்ற ஆதங்கம் மட்டுமே.

ஒரு நல்ல மொழிபெயர்ப்பிற்கான அடிப்படை என்று நீங்கள் எந்தெந்த விஷயங்களை கருதுகிறீர்கள்?

முதலாவதாக தேர்வு. எதை நாம் இன்னொரு மொழிக்கு கொடுக்கப்போகிறோம் என்பதில் எந்த காம்ப்ரமைசும் கூடாது. நான் முதலிலேயே சொன்னதுபோல மொழிபெயர்ப்பு என்பது மறைமுகமான சவால். அடுத்த மொழியில் என்ன நடந்து கொண்டிருக்கிறதென்று என்பதை சரியாக வாசகர்களுக்கு தெரிவித்தாக வேண்டும். எதையாவது கொண்டு வந்துவிடக்கூடாது. நான் இரண்டு மொழிகளிலும் எழுதவும் படிக்கவும் செய்கிறேன் என்பதால் சில விஷயங்களைச் சொல்லலாம். மலையாளத்திலிருந்து தமிழுக்கு வருவதுபோல தமிழிலிருந்து மலையாளத்திற்கு தரமான படைப்புகள் போவதில்லை. இன்னும் சொல்லப்போனால் தமிழின் மூன்றாம்தர படைப்புகள் எந்தெந்த காரணங்களினாலோ மலையாளத்திற்கு மிகச் சுலபமாக போய் சேர்ந்துவிடுகிறது. அது நம் மொழியின், இலக்கியத்தின், படைப்பாளிகளின் உயரத்தைக் குறைத்துக் காட்டுகிறது. அதற்கு முக்கியமான பொறுப்பாளிகள் மொழிபெயர்ப்பாளர்களே.

தமிழ் மலையாளம் இரண்டு மொழிகளிலும் வாசிப்பு உடையவர் என்கிற வகையில் இரு மொழிகளின் இலக்கியப்போக்கும் ஆரோக்கியமாக இருக்கிறதா, எங்கு சிறப்பான படைப்புகள் வெளியாகின்றன?

இரண்டு மொழிகளும் மிகுந்த ஆரோக்கியமாக இருக்கின்றன.

எழுபதுகளின் கடைசி மற்றும் எண்பதுகளின் தொடக்கத்தில் மலையாளம் நன்றாகவே மேலோங்கியிருந்த காலம். பிறகு அது தேங்கியெல்லாம் போய்விடவில்லை. தமிழில் மிக வேகமான வளர்ச்சியாக இளம் எழுத்தாளர்கள் புதிய புதிய யுக்திகளைக் கையாண்டார்கள். அதற்கும் காரணம் மொழிபெயர்ப்பாகக்கூட இருக்கலாம். அயல் மொழிகளில் என்ன நடக்கிறதென்பதும் அது நோக்கின தங்கள் பயணமாகவும் கூட இருக்கலாம்.

நான் ஐந்து வருடங்களுக்கு முன்பு ''தென்னிந்திய சிறுகதைகள்'' என்ற நான்கு மொழி தொகுப்பு நூலைக் கொண்டு வந்திருந்தேன். அந்த வேலைகளில் ஈடுபட்டிருக்கும்போது தமிழ் கதைகளைத் தேர்ந்தெடுக்க முடியாமல் மிகவும் சிரமப்பட்டேன். ஏழு கதைகள் என்ற அளவுகோல் வைத்து தமிழை அடக்கவே முடியவில்லை. மலையாளத்திற்கு நிகராக இன்னும் சொல்லபோனால் சற்று மேலேயே தமிழ் நிற்கிறது. நவீன எழுத்தாளர்கள் மிக வீரியமாக எழுத வருகிறார்கள்.

அதே சமயம் தெலுங்கு கதைகள் அப்படியில்லை. நான் ''தென்னிந்திய சிறுகதைகள்'' தொகுப்பிற்கான கதை தேர்விலிருந்தபோது நிறைய மொழிபெயர்ப்பாளர்களையும் எழுத்தாளர்களையும் சந்திக்க நேர்ந்தது. நிறைய நண்பர்கள் மிகச்சரியாக உதவினார்கள். புத்தக வேலையை கச்சிதமாக முடித்துவிட்டதாக நினைத்த நான் முதலிலேயே பேசியிருந்தபடி முன்னுரைக்காக டிடிபி. பிரதியை எழுத்தாளர். பிரபஞ்சனுக்கு அனுப்புகிறேன். அது ஒரு டிசம்பர் மாதத்தின் முதல் வாரம். நான் பதிப்பாளரும் என்பதால் பதிப்பு வேலைகளிலும் மூழ்கியிருந்த நாட்கள். டிடிபி. பிரதியை முற்றிலும் வாசித்த, எழுத்தாளர். பிரபஞ்சன் தொகுப்பு கொண்டுவரும் வேலைகளை அப்படியே நிறுத்த சொன்னார். தெலுங்கு கதைகள் மிகவும் பலவீனமாக இருப்பதாகவும்

இப்படியே கொண்டு வந்தால் பேர் கெட்டுடும், மீண்டும் நீங்கள் தனிக்கவனம் செலுத்தி தெலுங்கு கதைகளை பார்க்க வேண்டும் எனச் சொன்னார். அதற்குப் பிறகான ஆறு மாதங்கள் கிட்டத்தட்ட நான் ஆந்திர படைப்பாளிகளிடம் பேசிக்கொண்டேயிருந்தேன். நூற்றுக்கும் மேலதிகமான சிறுகதைகளை வாசித்தேன். மொழிபெயர்ப்பாளர்கள் இளம்பாரதி, சாந்தா தத் என் தேடலில் பெரும் பங்காற்றினார்கள். புதிய கதைகளோடு "தென்னிந்திய சிறுகதைகள்" வெளியானது. ஆனாலும் புத்தகம் வந்து ஐந்து வருடங்களாகியும் எப்போதாவது அந்த புத்தகத்தைப்பிரித்தால் தெலுங்கு கதைகளின் போதாமை தெரிந்தபடியேயிருக்கிறது. அது ஒரு வேளை தமிழகம், கேரளா போன்ற மாநிலங்களில் நடக்கும் சமூக, அரசியல் நிகழ்வுகள் போல அங்கு நடக்காததும் காரணமாக இருக்கலாம்.

ஆக தமிழ் மலையாளம் மட்டுமல்ல, நான்கு மொழிகளை ஒப்பிட்டுப்பார்க்கும் போதும் தமிழும் மலையாளமும் மிக வீரியமான படைப்புகளை தந்து கொண்டேயிருக்கின்றன.

நீங்கள் மொழிபெயர்க்க விரும்பும் உங்களது கனவுநூல் என்று ஏதேனும் உள்ளதா?

நான் மொழிபெயர்க்க ஆரம்பிக்கும்போதே புதிய எழுத்தாளர்களின் படைப்புகளை மட்டுமே கொண்டு வரவேண்டு மென்ற முடிவோடு இருந்தேன். ஏனென்றால் மலையாளம்ன்னாலே தகழி, பஷீர், கமலாதாஸ்ன்னுதான் பட்டியல் நீளும். இன்னும் கொஞ்சம் வந்தால் என்.எஸ். மாதவன், சக்கரியா. அதனால் நான் மொழிபெயர்ப்புக்குள் வரும்போது முழுக்க முழுக்க புதிய ஆட்களையே தேடியலைந்தேன். கெ.ஆர்.மீரா, சிஹாபுதின் பொய்த்தும்கடவு, சந்தோஷ் யெச்சிக்கானம், அசோகன் செருவில் என அப்படித்தான் எனக்கு அற்புதங்களாய் கிடைத்தார்கள். இவர்களில்

சிலருடைய கதைகள் ஒன்றிரண்டு முன்பே வந்திருந்தாலும் தொகுப்பாக இப்போதுதான் வந்திருக்கின்றன.

ஆனால் என்னதான் அப்படியொரு முடிவோடு இருந்தாலும் கேரள இலக்கியத்தின் மிக முக்கிய பங்காளியான எம்.டி.வாசுதேவன் நாயரின் ஏதாவது ஒரு படைப்பை மொழிபெயர்க்க வேண்டுமென்ற பெரிய கனவு எனக்கு இருந்தது.

இதே போன்ற கேள்விக்கு இதே பதிலை நான் கேரளாவின் ‘‘கைரளி’’ தொலைக்காட்சியின் ‘‘வேறிட்ட காட்சிகள்’’ என்ற நிகழ்ச்சியில் சொல்லியிருந்தேன். இது அந்த நிகழ்ச்சி நடத்தும் நண்பர்கள் ஸ்ரீராம், ப்ரதீப் நாராயணன் சார்பாக என் விருப்பம் எம்.டி.வி.யிடம் போய் சேர்ந்திருக்கிறது. என்னுடைய கனவு அந்த நண்பர்களின் வழியாக நிறைவேறியது சந்தோஷமே. அவருடைய ‘‘விலாப யாத்ரா’’ என்ற நாவலை நான் தமிழில் ‘‘இறுதி யாத்திரை’’ என்ற புத்தகமாய் கொண்டு வந்திருக்கிறேன். நாற்பது வருடத்திற்கு முன்னால் அவரால் எழுதப்பட்ட பிரதி கொஞ்சமும் பழசாகாமல் அப்படி ஒரு சவாலாக இருந்தது. ஒரு படைப்பாளியின் வெற்றியும் அதுதானே. பலரும் தாங்கள் உயிரோடு இருக்கும்போதே தங்கள் படைப்புகள் மரணித்துப்போகும் துக்கத்தை எதிர்கொள்வதைப் பார்க்கிறோம் இல்லையா?

.தற்போது என்ன நூலை மொழிபெயர்த்துக் கொண்டிருக்கிறீர்கள்?

மய்யழிக் கரையோரம் தந்த எம்.முகுந்தனின் சிறுகதைத் தொகுப்பின் மொழிபெயர்ப்பு நடந்து கொண்டிருக்கிறது. அஜய் மாங்காடு எழுதிய, கேரளாவில் மிகவும் பரபரப்பாக விற்றுத் தீர்ந்து கொண்டிருக்கும் ‘‘சூசண்ணாவின் புத்தக வீடு’’ என்ற நாவலும் மொழிபெயர்ப்பின் குடிலுக்குள் என்னை தக்க வைத்திருக்கிறது.

மலையாளத்தில் புத்தகம் வெளிவந்த ஏழு மாதங்களில் எட்டாம் பதிப்பு கண்டிருக்கும் பிரதி என்பதை தகவலுக்காக மட்டுமே பதிய விரும்புகிறேன்.

உங்களுக்கு பிடித்த மலையாள மற்றும் தமிழ் படைப்புகள் குறித்து சொல்லுங்கள்

சம கால எழுத்துக்கள் எல்லாம் முடிந்தவரை படிக்கிறேன். ஜெயமோகன், பவா செல்லதுரை எஸ்.ராமகிருஷ்ணன் க.சீ .சிவக்குமார், பாஸ்கர் சக்தி. இவர்களுக்கு அடுத்ததாக எழுதிக் கொண்டிருக்கிற உமா மகேஸ்வரி சந்திரா, கால பைரவன், மனோஜ், எஸ்.செந்தில்குமார், ஜே.பி.சாணக்யா மலையாளத்தில் சந்தோஷ் யெச்சிக்கானம், கெ.ஆர். மீரா , அசோகன் செருவில், உண்ணி.ஆர், மனோஜ் குரூர், கல்பட்டா நாராயணன், சிஹாபுதின் பொய்த்துகடவு என எல்லாரையும் படிக்கிறேன் அது மட்டுமல்லாமல் சம கால கவிதைகளையும் வாசிக்கிறேன். ஆனாலும் மனம் புனை கதைகளிலேயே தோய்ந்து நிற்கிறது.

பெண்களின் படைப்புகளை வாசிக்கிறீர்களா? அவற்றுடனான உங்களது அனுபவம் எப்படியானதாக இருக்கிறது?

பெண் படைப்பாளிகள் நிறையபேர் எனக்கு நெருங்கிய தோழிகள். மிகவும் முக்கியமான படைப்புகள் அவர்களிடமிருந்து வந்துகொண்டிருக்கின்றன. கவிதைகளில் அதிகமாகவும் புனை கதைகளில் குறைவாகவும் படைப்புகள் வந்துகொண்டிருக்கின்றன. ஆனால் பொது வெளியில் பகிர்ந்து கொள்ளமுடியாத சொல்லாடல்களுடன் இருக்கும் படைப்புகளை என்னால் ஏற்றுக் கொள்ள முடிந்ததில்லை. இது என் தனிப்பட்ட கருத்து மட்டுமே.

பொதுவான பிரச்சனைகள் தாண்டி பெண்களுக்கான பிரத்யேக பிரச்சனைகளையும் சொல்ல வேண்டிய படைப்பாளி தன் உடல் சார்ந்த, காமம் சார்ந்தவைகளை மட்டுமே எழுதக்கூடியவராக இருப்பதில் எனக்கு சம்மதமில்லை. அப்படி எழுதுபவர்கள்தான் பெண்ணியவாதிகளாக அறியப்படுவதிலும் எனக்கு முரண்பாடு உண்டு.

சமீபத்திய வெள்ள பாதிப்பில் மிக மோசமாக பாதிக்கப்பட்ட கடலூர் மக்களுக்கான நிவாரணப்பணிகளில் என் கேரள நண்பர்களோடு பங்கெடுத்திருந்தேன். இரவுவரை நீண்ட அந்த பணிகளில் நான் பல பெண்களை சந்தித்தேன். அவர்களின் பிரச்சனை உடல் சார்ந்ததல்ல. வெள்ள காலங்களில் மட்டுமல்லாது எல்லா நாட்களிலும் அவர்கள் ஒரு வேளை உணவிற்காக காலமெல்லாம் மிகக் கடினமான வேலை செய்பவர்களாகவும், மிகக்குறைந்த கூலிக்கு அதிக நேரம் உழைப்பவர்களாகவும் இருக்கிறார்கள். வாழ்நாள் முழுக்க ஒழுகாத, காற்றில் விழுந்துவிடாத, மழையில் அடித்துக் கொண்டு போகாத ஒரு வீட்டிற்காகவும் நான்கு சுவர்களுக்குள்ளான ஒரு கழிப்பறைக்காகவும் போராடுகிறார்கள்.

அன்று நான் சந்தித்த கணவனை இழந்த கற்பக வல்லி என்ற 25 வயது பெண் இந்த வெள்ளத்தில் தன் வீட்டை முழுவதும் இழந்து நான்கு குழந்தைகளையும் ஊரில் தனக்கு தெரிந்த ஒவ்வொருவரின் வீட்டிலும் படுக்க வைத்துவிட்டு நாங்கள் கொடுக்கப்போகும் ஒரு மாதத்திற்கான மளிகைப் பொருட்களை வாங்க வந்து வரிசையில் நின்றிருந்தாள். நிவாரண பணியெல்லாம் முடிந்த பிறகு அவள் எங்கே போவாள்? எத்தனை நாட்கள் தெரிந்தவர்கள் வீட்டில் குழந்தைகளை விட முடியும்? சுருண்டெழுந்த இந்த வேதனையை நஜீப் குற்றிப்புறம் உள்ளிட்ட எங்கள் கேரள நண்பர்களிடம் பேசி கற்பகவல்லிக்கு ஒரு சிறு வீடு கட்டிக்கொடுக்க முடிவு செய்திருக்கிறோம். ஒரு அரசு செய்ய

வேண்டிய இதை எத்தனை பேருக்கு எத்தனை காலத்திற்கு எங்களை மாதிரியான தனி மனிதர்கள் செய்து விட முடியும்?

தன் வாழ்நாள் முழுக்க நொம்பலப்பட்டு அல்லல்படும் அந்த மக்களுக்கு உடல், காமம், இச்சை, அங்கீகாரம் தாண்டி வாழ்வதற்கான மல்லுக்கட்டலில் நாட்கள் போய்க்கொண்டேயிருக்கிறது. இவர்கள்தான் தமிழகத்தின் இந்தியாவின் பெரும்பகுதிப் பெண்களாயிருக்கிறார்கள். சதவீத அளவில் மிக அதிகமான இந்த பெண்கள் அனேகமாய் பெண் படைப்பாளிகளின் படைப்பில் இன்னமும் வீரியமாய் பதிவு செய்யப்படவில்லை என்கிற ஆதங்கம்தான் எனக்கு இருக்கிறது.

உங்களது பதிப்பகம் ஆண்டுதோறும் ஏராளமான புத்தகங்களை வெளியிட்டு வருகிறது. புத்தகத்தை சந்தைப்படுத்துவது எளிதாயிருக்கிறதா?

ஏராளமான புத்தகங்கள் எல்லாம் இல்லை. தட்டுத் தடுமாறி ஒவ்வொரு வருடமும் பதினைந்திலிருந்து இருபது புத்தகங்கள் கொண்டு வருகிறேன்.

சந்தைப்படுத்துதல் மிகவும் சிரமம்தான். அதிலும் வணிகரீதியில் முன்னேறத்தெரியாத, பெரிதாய் முன்னேற விரும்பாத என் போன்றவர்களுக்கு இது மிகவும் சிரமம்தான். பல எழுத்தாளர்களின் புத்தகங்களை அவர்களிடம் சொல்லிவிட்டு 500 பிரதிகள் மட்டுமே போட்டிருக்கிறேன். அப்படியும்கூட சில தலைப்புகள் 350க்கும் மேற்பட்ட பிரதிகள் என்னிடம் அப்படியேயிருக்கிறது.

திரைக்கலைஞர் மம்முட்டியின் ''மூன்றாம் பிறை'' என்ற வாழ்வனுபவ புத்தகத்தை மொழிபெயர்த்திருந்தேன். புத்தகம் வெளிவந்த ஆறேழு மாதங்களுக்குப்பிறகு ஒரு முறை அவரோடு

பேசிக்கொண்டிருந்தபோது, என்ன ஷைலஜா கார் வாங்கியாச்சா, என் புக் நல்லா சேல் ஆயிருக்குமே என்று மம்முட்டி கேட்டார். அதுவரை 750 பிரதிகளே விற்றிருந்தது, அதுவே தமிழ்சூழலில் அதிகம் என்பதை அவரால் நம்ப முடியவில்லை. அவருக்கு அது மிகவும் ஆச்சரியமான தகவலாயிருந்தது. கேரளாவில் ஆறு மாதங்களில் நான்கைந்து பதிப்பெல்லாம் போகும் புத்தகங்களும் இருக்கிறது. அதுவும் ஒரு பதிப்பென்பது 1200 பிரதிகள்.

ஆனால் மூன்று நான்கு வருடங்களாக என்னால் வருடத்திற்கு பத்து புத்தகங்கள் பதிப்பிக்க முடிகிறதென்றால் அதுவும் நான் பதிப்பித்த புத்தகம்தான் காரணம். அது எழுத்தாளர் ஜெயமோகனின் ''அறம்''.

ஒரு நாள் மாலையில் ஜெயமோகனின் கதைகளை அவருடைய வலைத்தளத்தில் படித்துவிட்டு உடனே அவரைத் தொலைபேசியில் தொடர்பு கொள்கிறேன். உங்களுடைய ''சோற்றுக்கணக்கு'' சிறுகதையை வாசித்தேன் ஜெயமோகன், கை காலெல்லாம் உதறுகிறது. பேசமுடியவில்லை. இந்த வரிசையில் வரும் கதைகளை நான் புத்தகமாகக்கொண்டு வரட்டுமா என்று கேட்கிறேன். கதையின் பாதிப்பில் பேச்சு அறுந்து அறுந்து தொடர்கிறது. உடனே ஜெயமோகன் சம்மதிக்கிறார். அப்படி என்னுடைய ''வம்சி புக்ஸ்'' மிகப் பெருமிதத்துடன் பதிப்பித்ததுதான் அறம் சிறுகதைத் தொகுப்பு.

வாசகர்களால் பெரிதும் வாசிக்கப்பட்ட அந்த தொகுப்பு ஒரு தொலைக்காட்சி நிகழ்வில் திரைக்கலைஞர் கமலஹாசனால் மேலும் வேறொரு தளத்திற்குக் கொண்டு செல்லப்பட்டது. ''நீங்களும் வெல்லலாம் ஒரு கோடி'' நிகழ்வில் பங்குபெறும் கமலஹாசனுக்கு திரைக்கலைஞர் பிரகாஷ்ராஜ் நினைவுப் பரிசாக எழுத்தாளர் தொ.பரமசிவம் எழுதிய புத்தகத்தைக் கொடுக்க, கமலஹாசனோ, நான் உங்களுக்கு ஒரு புத்தகத்தைக் கொடுக்க விரும்புகிறேன் என்று சொல்லி தன் உதவியாளரிடமிருந்து அறம் புத்தகத்தை வாங்கி, இந்த புத்தகம்

ஜெயமோகன் எழுதியது, ஏதோ விக்காமப்போச்சுன்றதுக்காக நான் பேசல. நிஜமாகவே கண்ணில் நீர் மறைய மறைய நான் வாசித்த புத்தகம். தமிழ் படிக்கத் தெரிந்த ஒவ்வொருவரின் வீட்டிலும் இந்த புத்தகம் இருக்கணும்னு நெனக்கறேன் ப்ரகாஷ் என்று கொடுக்கிறார். அப்படி மிகவும் வாசிக்கப்பட வேண்டிய, பாதுகாக்க, பரிசளிக்க வேண்டிய புத்தகம் கமலஹாசனால் இன்னும் பல ஆயிரம்பேரை எட்டுகிறது. அதற்கு பிறகான மூன்று மாதங்களில் எனக்கு பல வாசகர்களும் இருபதிற்கும் மேற்பட்ட விற்பனையாளர்களும் கிடைத்தார்கள். இது வரை பதிநான்காயிரம் பிரதிகளுக்கு மேல் விற்றிருக்கிறது. ஆனால் அதன் மூலம் கிடைத்த வருமானத்தில்தான் நான் அந்த வருடம் புத்தகங்களை பதிப்பித்தேன். புத்தகங்கள் வழி வந்த பணத்தை வீட்டிற்கு கொண்டுபோகக் கூடாது, அது தொழில் செய்து வரும் உபரி வருமானமல்ல, அதில் புத்தகம்தான் போடவேண்டும். அதுவே நான் கற்ற அறம்.

வாசிப்பு மற்றும் மொழிபெயர்ப்பு பணிகளுக்கான நேரத்தை எப்படி வகுத்துக் கொள்கிறீர்கள்?

எனக்கு மிகவும் பிடித்த பேராசிரியைப் பணியை மிகுந்த மனவிவாதங்களுக்குட்படுத்தி பதிப்பகம் ஆரம்பித்தபின் விட நேர்ந்தது. எழுத்தாளர். திலகவதியும் நண்பர். சி. மோகனும் நிர்பந்தித்து திலகவதி தன்னுடைய குறுநாவல்களையே முதன் முதலாகத் தந்து அவர்களால் ஆரம்பிக்கப்பட்டதுதான் ''வம்சி புக்ஸ்''. கல்லூரியில் வேலை பார்த்துகொண்டே பதிப்பகப் பணியையும் பார்க்க முடியவில்லை. அது என் திறமைக் குறைவினால்கூட இருக்கலாம். புத்தகக் கண்காட்சி சமயங்களில் இரவெல்லாம் கண்விழித்து வேலை பார்ப்பேன். வேலையின் போதான சோர்வு புதிய புத்தகத்தை கைகளில் புரட்டும்போது போய்விடுகிறது. இன்னுமின்னும் ஒவ்வொரு புத்தக வரவையும் முதல் புத்தகமாகவே கருதுகிறேன்.

வேலையை விட்டபோது இனி நாம் நிறையப் படிக்கலாம், எழுத நேரம் கிடைக்கும் என்றெல்லாம் நினைத்தேன், ஆனால் எப்போதும்போலத்தான் நேரமிருந்தது, அதில் எந்த மாற்றமுமில்லை. வாசிக்க வேண்டிய நேரத்தில் வாசிக்கவும் எழுத கிடைக்கும் நேரத்தில் எழுதிக்கொண்டுமிருக்கிறேன். பெரிதாக திட்டமிடலெல்லாம் இல்லை.

ஒரு வேளை இப்படி என்னால் இயங்கமுடிவதற்கு காரணம் என்னுடைய குடும்பமாகக் கூட இருக்கலாம். குழந்தைகள் என்னை செட்டைக்குள் வைத்து பார்த்துக் கொள்கிறார்கள். அம்மாவும் கணவர் பவாவும் என் வேலைகளை பிரித்துக் கொள்கிறார்கள். என்னால் நன்றாக இயங்க முடிகிறது.

உங்களுக்கு கிடைத்த மிக முக்கியமான அங்கீகாரம் என்று எதைச் சொல்வீர்கள்?

''சிதம்பர நினைவுகள் ஷைலஜா'' என்று வாசகர்களால் இன்றும் அறியப்படுவதை மிக முக்கியமான அங்கீகாரமாய் கருதுகிறேன். அது என்னோடு மிக நேசமாய், நட்பாய் வாசகர்களை இருக்க வைத்திருக்கிறது. என்னை அம்மாவாக கூப்பிடும் பிள்ளைகளைத் தந்திருக்கிறது. எல்லாவற்றிற்கும் மேலாக மிக சின்ன வயதிலேயே அப்பாவை இழந்த எனக்கு அப்பாவைத் தந்திருக்கிறது. எழுத்தாளரும் மொழிபெயர்ப்பாளருமான கே.எஸ். சுப்ரமணியன், சிதம்பர நினைவுகள் வாசிச்சப்போ மனச என்னவோ பண்ணிச்சு. அதுக்கப்பறம் உன்ன பாக்கும்போது என் மக மாதிரி ஒரு வாத்சல்யம் உண்டாகிடுச்சும்மா என்று சொன்னபோது நான் உண்மையிலேயே கரைந்து போனேன்.

அதேபோல தன் மரணத்திற்கு முன்பாக பல வருடங்களாய் வாசிப்பதை நிறுத்தி விட்டிருந்த எழுத்தாளர்.ஜெயகாந்தன் ஒரு கல்யாண வரவேற்பில் என்னை சந்தித்து, ''படிச்சேன் உங்க சிதம்பர

நினைவுகள். பாலச்சந்திரன் நம்மள மாதிரியான ஆளு, நல்லாயிருந்திச்சி'' என்று அவருக்கே உரித்தான சிரிப்பை சிரித்தார். அந்த நிமிடங்களை எனக்குள் அப்படியே காத்து வைத்திருக்கிறேன்.

கடந்த புத்தக கண்காட்சி முடிந்து மிகவும் ஓய்வானதொரு சமயத்தில் என் மெயில் பாக்சை திறந்து பார்க்கிறேன், அ.முத்துலிங்கம் ஐயாவிடமிருந்து எனக்கு ஒரு மெயில் வந்திருந்தது. உங்கள் மொழிபெயர்ப்பை தொடர்ந்து வாசித்து வருகிறேன். மிகவும் வடிவாக இருக்கிறது. அதனால் இந்த வருட கனடா இலக்கியத் தோட்டத்தின் மொழிபெயர்ப்புப் பிரிவிலான விருது உங்களுக்கென முடிவு செய்திருக்கிறோம், வாழ்த்துக்கள் என்ற செய்தி இருந்தது. நான் மிகவும் நெகிழ்ந்த நிமிடங்கள் அவை. அதற்காக திருவண்ணாமலை வாசக நண்பர்கள் பெரியதொரு விழா எடுத்தார்கள். விழாவிற்கு இயக்குனர். மிஷ்கின், இசை விமர்சகர். ஷாஜி, எழுத்தாளர்.ராஜாகோபால், மலையாள எழுத்தாளர் சிஹாபுதின் பொய்த்தும்கடவு என எல்லோரும் வந்து என் மொழிபெயர்ப்பு பற்றி பேசியது என எல்லாமே நிறைவாக இருந்தது. கனடாவில் விருது வழங்கும் விழா முடிந்து இரண்டு நாட்களுக்குப் பிறகு அங்கிருந்து கனடா பல்கலைக் கழகத்தின் பேராசிரியரும் திரை விமர்சகரும் எங்கள் நண்பருமான சொர்ணவேல் அழைத்திருந்தார். திரை விமர்சனம் குறித்து அவர் எழுதிய புத்தகத்திற்கு அவருக்கு அந்த வருட கனடா தோட்ட விருது. அவருக்குப் பக்கத்து இருக்கை கே.வி.ஷைலஜா என்ற பெயருடன் நிகழ்ச்சி முடியும்வரை காலியாகவே இருந்ததாகச் சொன்னார். எப்படியும் வந்துவிட மாட்டீர்களா என்று நினைத்தேன் ஷைலஜா, கனடாவில் நடந்த அந்த கூட்டத்தில் மட்டும் உங்கள் புத்தகங்களைப் படித்த 50, 60 நண்பர்கள் உங்களை சந்திக்கும் ஆவலோடு

வந்திருந்தார்கள். நாங்கள் பிறகு ஒன்றாய் அமர்ந்து பேசிவிட்டு கலைந்தோம் என்றார். அது வரை தெரியாத துக்கம் என்னுள் கவிய ஆரம்பித்தது, போக வர இரண்டு லட்சத்திற்கும் மேலாக செலவாகுமே, பணமில்லாமல் போச்சே, இனி எப்படி அத்தனை கௌரவமாய் நாம் அந்த விருதைப் பெற முடியும் என சோகமாகிப்போனேன். ஆனாலும் அந்த விருதினை மிகப்பெரிய அங்கீகாரமாய் கருதுகிறேன். அதே மாதிரி இந்த விருதுகளெல்லாம் ஒன்றுமேயில்லை என்ற புரிதலும் எனக்குஉண்டு. படைப்புகள்தரும்நண்பர்களும்வாசகர்களும்தான்என்விருது.

அவசியம் மொழிபெயர்க்கப்பட வேண்டிய நூல்கள் (மலையாளத்திலிருந்து தமிழுக்கு) என ஏதேனும் பட்டியல் வைத்திருக்கிறீர்களா?

பட்டியலெல்லாம் ஏதுமில்லை. மலையாள நாவல்களை அதிகமாக மொழிபெயர்க்க வேண்டும் என்றிருக்கிறது. சுய சரிதங்கள் மொழிபெயர்ப்பதென்பது எனக்கு மிகவும் பிடிக்கும்.

பதிப்பகத் தொழில் வணிகரீதியாக ஆரோக்கியமாக இருக்கிறதா?

வணிக நோக்கில்லாமல் ஆரம்பிக்கப்பட்ட வம்சி புக்ஸ் எந்த காம்ப்ரமைசும் இல்லாமல் மிக முக்கியமான புத்தகங்களை பதிப்பித்து வருகிறது. உட்கார்ந்து கணக்கு பார்ப்பதில்லை. அது மன உளைச்சலைத்தான் தரும்.

கடந்த பத்து வருடங்களாக எங்கள் பதிப்பகத்திற்கு நூலக ஆணை வருவதில்லை. அது தானாக வராது. இதில் எனக்கு புரியாத விஷயமென்னவென்றால் ஐந்து முறை தமிழக அரசின் தமிழ் வளர்ச்சி துறை விருதினைப் பெற்றிருக்கிறேன். அந்த புத்தகத்திற்கு கூட நூலக ஆணை வரவில்லையென்றால் என்ன செய்ய?

பதிப்பகம் ஆரம்பிக்காதபோது கடனில்லாமல் இருந்தது. இப்போது

இருபது லட்ச ரூபாய் கடனிருக்கிறது. ஆனாலும் என்னிடம் புத்தகம் வாங்க நூறு ரூபாயோடு வரும் வாசகன்தான் முக்கியமானவன் என்ற மனநிலைக்கு வந்திருக்கிறேன். அதனால் நிறைவாகயிருக்கிறேன்.

புத்தகத்திருவிழா ஆண்டுதோறும் நடைபெற்று வருகிறது. புத்தகத்திருவிழா பதிப்பகங்களுக்கும் வாசகர்களுக்குமிடையே சரியான இணைப்பை ஏற்படுத்துகிறதா? புத்தகத் திருவிழாவின் நோக்கம் நிறைவேறுகிறதா?

புத்தகத் திருவிழாக்கள் மிக நிச்சயமாக பதிப்பகங்களுக்கு வாசகர்களோடு ஒரு இணைப்பை ஏற்படுத்துகிறது. எல்லோருக்குமே வாசிக்கும் பழக்கம் வந்திருக்கிறதென்று சொல்லிவிட முடியாது, ஆனால் இள வயது வாசகர்கள் நிறைய பேர் நேரிலும் , இணையம் வழியாகவும் புத்தகம் வாங்குவது நம்பிக்கை தருகிறது. புத்தகத் திருவிழாக்களில் எழுத்தாளர்களை சந்திப்பதும் புத்தகப்பிரியர்களைப் பார்ப்பதும் விவாதிப்பதும் அலாதியான அனுபவம்தான்.

கவிதைத் தொகுதிகள் விற்பதில்லை என்றொரு குற்றச்சாட்டு தொடர்ந்து வைக்கப்படுகிறது. உங்கள் பதிப்பகத்தில் ஏராளமான புதிய கவிஞர்களின் கவிதைகள் பதிப்பித்திருக்கிறீர்கள். இது எப்படி சாத்தியமானது? உங்களது சந்தைப்படுத்துதலில் என்ன சிறப்பு?

கவிதைத் தொகுதிகள் விற்பதில்லை என்பது வெறும் குற்றச்சாட்டு மட்டுமல்ல. சில நேரங்களில் உண்மையும்தான். கவிதைகளின் நுட்பத்திற்கும் கவிஞர்களின் மனநிலைக்கும் முக்கியத்துவம் கொடுக்காமல் ஒரு தாளின் மூலையில் மட்டுமே கவிதை அச்சாகியிருக்கிறது மீதி தாள் காலியாக இருக்கிறதே என்று பேசும் அவலங்கள் இங்குதான் பார்க்கமுடியும்.

என்னுடைய பதிப்பகத்தில் நிறைய கவிதைகள் பதிப்பிக்கிறேன்

என்றால் நான் மீண்டும் மீண்டும் சொல்வதுபோல நான் எல்லாவற்றையும் பணமாகப் பார்ப்பதில்லை. என்னுடைய நெருங்கிய நண்பர்கள் கேட்கும்போது என்னால் மறுக்க முடிந்ததில்லை.

புத்தகங்களை சந்தைப்படுத்துதல் என்பது தமிழ்நாடு மற்றும் இந்தியாவின் சில பகுதிகளுக்கு வழக்கம்போல விற்பனையாளர்களுக்கு அனுப்புகிறேன். சில வெளிநாடுகளுக்கு அனுப்பும் விற்பனையாளர்களும் எனக்கு இருக்கிறார்கள்.

சில பதிப்பகங்களோடு சேர்ந்தும் புத்தகம் வெளியிடுகிறீர்கள், இந்த கூட்டிணைவுகள் சுமுகமாக இருக்கிறதா?

"பூவுலகின் நண்பர்களோடு" மட்டும் சேர்ந்து எட்டு புத்தகங்களை பதிப்பித்திருக்கிறேன். அது நன்றாகவேயிருந்தது. இப்போது அவர்களே தனியாக புத்தகங்கள் பதிப்பிக்க முடிகிறதென்பதால் எங்களோடு இணைந்து செயல்படுவதில்லை.

ஒரு பதிப்பாளராக சொல்லுங்கள் ஒரு எழுத்தாளன் எழுத்தை மட்டும் நம்பி வாழ முடிகின்ற சூழல் இங்கு இருக்கிறதா? சாத்தியப்படுத்த முடியுமா?

இல்லை. எழுத்தாளன் மட்டுமல்ல பதிப்பாளனும் அப்படி வாழும் சூழல் இல்லை.

எழுத்தாளர்கள் பதிப்பகத்திடம் தங்கள் உயர்ந்த படைப்புகளை கொடுக்கும் நேரத்தில் அவர்களை நம்பியேயாக வேண்டும். பல பிரதிகள் அச்சிட்டு விறுவிறுவென விற்று தீரும் சூழலெல்லாம் இங்கில்லை. பதிப்பாளர்களில் சிலர் மிகவும் சிரமத்துடன்தான் பதிப்பகம் நடத்துகிறோம். ஆனால் சிறிய தொகைக்கும்கூட சமூக வலைத்தளத்தில் ஏதோ நாங்கள் மோசடி செய்துவிட்டது போலவும்,

எழுத்தாளனின் பணத்தை, அவர்களுக்குக் கொடுக்க வேண்டிய ராயல்டி தொகையை ஏமாற்றி வாழ்வது போலவும் எழுதுகிறார்கள். அது முற்றிலும் நிஜமல்ல. நான் என் படைப்பாளிகளுக்குக் கொடுக்க வேண்டிய பணத்தை கொஞ்சம் தாமதமாகவேனும் கொடுத்துக் கொண்டுதானிருக்கிறேன். அது அப்போது பதிப்பித்த புத்தகங்கள் விற்று தீர்வதற்கான கால அவகாசமாகக்கூட இருக்கலாம். அதற்குள் இரண்டு பக்கங்களிலிருந்தும் பதறி விடக்கூடாது.

புத்தகங்கள் பதிப்பிக்க ஆகும் செலவிற்கான தொகையை சேர்த்து அதற்கு கட்டும் வட்டி செலவை விட குறைவானதுதான் எழுத்தாளருக்குக் கொடுக்கும் ராயல்டி தொகை. அதை மிகச்சரியாக கொடுத்துவிட வேண்டும்.

ஆனாலும் தமிழ் சூழலில் ஒரு எழுத்தாளனோ பதிப்பாளனோ அதை மட்டுமே நம்பி வாழ்தல் சிரமமானது.

அயல் பெண்ணெழுத்து

திருவண்ணாமலையில் ஒரு பொது நூலகம் கட்டி அதன் இயங்கு விழாவில் பேசியதன் உரை வடிவம்.

வணக்கம், நான் இங்கே பேச ஆரம்பிப்பதற்கு முன் தோழர் அமலதாஸ் பற்றி இரண்டு நிமிடம் பகிர்ந்து கொள்ள ஆசைப்படுகிறேன். ஏனென்றால் இந்த அரங்கம் கட்ட வேண்டுமென்று முடிவெடுத்த நிமிடத்திலிருந்து அவரும் எங்களோடு நின்றார். இதன் திட்டமிடலில், உருவாக்கலில், முழுமையடைதலில் எல்லாமே அவருடைய அழகியல் சார்ந்த ஈடுபாடு அதிகம். இந்தவெளி முழுக்க அவரின் சுவாசம் நிரம்பி ததும்பி நிற்கிறது. ஒரு நாளில் கிட்டத்தட்ட பத்து மணி நேரம் கால்கடுக்க நின்று இக்கட்டிடத்தை அவர் கட்டி முடித்தார். இதைக் காட்டிலும் ஒரு முக்கிய தொடர்பு தோழர் அமலதாஸோடு எனக்குண்டு. எனக்கு பிடித்த கல்லூரி பேராசிரியர் வேலையை செய்து கொண்டு சந்தோசமாக இருந்த நாட்கள் அவை. அப்பொழுது திலகவதி ஐபிஎஸ் என்னிடம் வந்து பதிப்பகம் ஆரம்பிக்கச் சொல்லி மிகவும் நிர்பந்தப்படுத்தினார். நான் அவரிடம் கல்லூரியில் வணிகம் படித்திருந்தாலும் வகுப்பில் நன்றாக அதை சொல்லிக் கொடுத்தாலும் கணக்கு வழக்கு எழுதுவது, லெட்ஜர்

பராமரிப்பது, அச்சகத்தில் வேலை வாங்குவது, ராயல்டி கொடுப்பது இப்படி எதை பற்றியும் சத்தியமாக எனக்கு தெரியாது என்று கூறினேன்.

அந்த நேரத்தில் தோழர் அமலதாஸ் அவர்கள் என்னிடம் வந்து ‘‘ ஷைலஜா நீங்க தைரியமா ஆரம்பிங்க. நான் உங்க கூட இருக்கேன்’’ எனக் கூறினார். அன்றைய நாளிலிருந்து பதிப்பகம் சார்ந்து மட்டும் அல்ல, எங்களின் எல்லா முன்னெடுப்புகளிலும் முன்னால் வந்து நிற்கும் ஒரு தோழமையாக ஆத்மாவாக எங்கள் வீட்டின் மூத்த அண்ணனாக அவர் வந்து இருந்தார். இன்றைக்கும் அவர் எங்களுடந்தான் இருக்கிறார். இந்த கட்டடத்தின் எல்லா பக்கங்களில் இருந்தும் அவர் மூச்சுக் காற்று என்னை ஸ்பரிசித்துக் கொண்டேதான் இருக்கிறது. இந்த நூலகத்திற்கு பி .ஜே. அமலாதாஸ் என்று பெயர் வைத்தது இங்கே இருக்கும் ஒவ்வொரு செங்கல்லிலும் அவரின் கைரேகை இருப்பதாலும் வாசிப்பில் தீராத மோகம் கொண்டிருந்ததாலும்தான். அவருடைய நினைவுகளின் எண்ணக் கோர்வையிலிருந்துதான் என் உரையை ஆரம்பிக்க விரும்புகிறேன்.

நண்பர்களே, இந்த வருட சென்னை புத்தக கண்காட்சிக்கு கிட்டடத்தட்ட முப்பது புத்தகங்கள் கொண்டு வர வேலை செய்து கொண்டிருக்கிறேன். எத்தனை புத்தகங்களுக்காக வேலை செய்தாலும் வாசித்தாலும் சில புத்தகங்கள் மட்டும் நாம் எவ்வளவு விலகிப் போனாலும் திரும்பத்திரும்ப நமக்குள் வந்து கொண்டே இருக்கும். தன் வாசத்தை நம் இதய கூடுகளில் நிறைத்துக்கொண்டேயிருக்கும். அப்படியான இரண்டு எழுத்துக்களின் சாரத்தை மட்டும் நான் இங்கே பேச விரும்புகிறேன். அவை ஆப்பிரிக்க இலக்கியங்கள் மற்றும் தமிழ் ஈழ இலக்கியங்கள்.

பொதுவாக நவம்பர், டிசம்பர் மாதங்கள் தான் ஒரு எழுத்தாளனுக்கு அல்லது படைப்பாளனுக்கு அவன் படைப்பு கூடிவரும் நாட்கள் என்று

சொல்லலாம். ஆனால் ஒரு பெண் எழுத்தாளருக்கு ஒரு போதும் அப்படி இருந்ததில்லை. என்னுடைய பனிரெண்டு புத்தகங்களையும் நான் மதியம் 2 மணி முதல் 5 மணி வரையிலான இடைவேளையிலேயே எழுதி முடித்திருக்கிறேன். காலையில் எழுந்தவுடனே என் குடும்ப வேலைகளும் பொறுப்புகளும் என் முன்னே வந்து நிற்கும். எல்லோருக்கும் தேவையானவற்றை செய்துவிட்டு சாப்பாடு கொடுத்து அனுப்பிவிட்டு பின் கிடைக்கும் சிறு மதிய இடைவெளியிலேயே நான் என் புத்தகங்களை எழுத முடிந்தது.

ஆனாலும் நவம்பர் டிசம்பர் மாதங்கள் எழுத்தாளர்களுக்கு மனதிற்குள் மொட்டு விட்டு பூ பூக்கும் மாதங்கள் என நினைக்கிறேன். இந்த இரு மாதங்களிலும் ரிஷான் ஷெரீப் என்ற நண்பனிடம் நான் தொடர்ந்து பேசிக்கொண்டே இருப்பேன். ரிஷான் ஷெரீப் இலங்கையில் பிறந்து பணி நிமித்தமாக கத்தாரில் வசித்துக் கொண்டிருப்பவன். அவனிடமிருந்து கடந்த மாதம் ஒரு மின்னஞ்சல் வந்தது. அதில் அவன் அயல் பெண்ணெழுத்து என்ற புத்தகம் தொகுத்துக் கொண்டிருப்பதாகவும் வம்சியில் அதைக் கொண்டு வரலாமா என்றும் கேட்டான். ரிஷான் ஷெரிப் கேட்டால் நான் அதைப் படித்து கூட பார்ப்பதில்லை. மிக நிச்சயமாக வம்சியில் கொண்டு வருகிறேன் என்று அவனுக்கு பதில் அனுப்பினேன். அப்படியான ஒரு ''OPEN CHEQUE'' ரிஷான் ஷெரிப்பிற்கு வம்சியில் எப்போதுமுண்டு.

அதன்பின்னர் தான் அதை படிக்க ஆரம்பித்தேன். ஆனால் அதை படிக்க படிக்க என் மனம் பொறுக்கமுடியவில்லை. நாம் எல்லோரும் எவ்வளவு சௌகரியமான உலகத்தில் வாழ்ந்து கொண்டிருக்கிறோம் என புரிந்தது. ஒரு சின்ன அசௌகரியத்தைக்கூட மனம் மறுதலிப்பதை உணர முடிந்தது. ஆனால் இலங்கையில் அப்படி இல்லை. இலங்கையில் காதலிலிருந்து காமத்திலிருந்து தாய்மையிலிருந்து தந்தைமையிலிருந்து சினேகத்திலிருந்து எல்லாவற்றிலும் ரத்தம், ரத்தம்,

ரத்தம் மட்டுமே இருக்கிறது. வேறெந்த வார்த்தைக்கும் உணர்வுக்கும் அந்த ஊரின் கதைகளிலிலும் வாழ்கையிலும் மரியாதையும் இல்லை சம்பந்தமும் இல்லை.

இந்த அயல் பெண்களின் எழுத்து என்கிற புத்தகம் ஐந்து பெண் எழுத்தாளர்கள் எழுதியிருக்கும் 11 கதைகளை கொண்டதொரு தொகுப்பு. அதில் ஒரு கதையில் ஒரு பெண் இப்படி சொல்லுவாள். நான் என் கனவுகளில் நீல நிறத்தில் அழகான ஒரு கவுன் போட்டுக் கொண்டு, மிகவும் அதீதமாக என்னை அலங்கரித்துக் கொண்டு வீதியில் நடந்து கொண்டிருக்கிறேன். இரண்டடி நடப்பதற்குள் எதிரில் போலீஸ் வந்து என் கைகளில், விலங்கு மாட்டி விடுகிறார்கள். கனவு கலைந்து விழித்துப் பார்க்கையில் போலீஸ்காரரும் விலங்கும் நிஜத்திலும் இருக்கிறார்கள். ஆனால் என் அழகான ஆடைகளும் ஆபரணங்களும் தான் காணவில்லை. இப்படித்தான் எங்கள் வாழ்க்கை இருக்கிறது என்று கத்யானா ஆரம்பிக்கிறாள். இப்படியான கதைகளை படிக்கும் போது தான் நாம் எல்லோரும் எவ்வளவு சந்தோஷமாக சௌகரியமான இடத்தில் உட்கார்ந்து கொண்டு கதைகளை எழுதிக் கொண்டிருக்கிறோம் என்பது தெரிகிறது.

அவர்களின் படைப்பில் இயலாமையும் இழந்துவிட்ட சோகமும் தவறவிட்ட சந்தோஷங்களும் மிக வீரியமாக வெளிப்படுகிறது. நான் இந்த புத்தகத்தை பற்றி அதிகம் பேச விரும்பவில்லை. நிச்சயமாக அயல்பெண்ணெழுத்து எல்லோரும் படிக்க வேண்டும் என ஆசைப் படுகிறேன்.

ஒரு வருடத்திற்கு முன் சினேகிதி ஷஹிதாவின் மொழிபெயர்ப்பில் ‘அன்புள்ள ஏவாளுக்கு’ என்றொரு புத்தகம் படித்தேன். சினேகிதி ஷஹிதாவை ஒரு மொழிபெயர்ப்பாளராக கர்வம் கொள்ள வைத்த புத்தகம் அது. புலிட்ஸர் விருது பெற்ற ஆலிஸ் வாக்கர் ஆங்கிலத்தில்

எழுதிய ‘Colour Purple’ புத்தகத்தின் மொழிபெயர்ப்பு தான் ‘ அன்புள்ள ஏவாளுக்கு’ ஷஹிதா அப்புத்தகத்தை தன் மகன் அஷ்ரத்திற்கு அர்பணித்திருக்கிறார். ஷஹிதா புதுக்கோட்டையை சேர்ந்தவர். ஒரு புதுக்கோட்டை பெண் ஆப்பிரிக்க பெண் பற்றிய புத்தகத்தை மிக அற்புதமான மொழிபெயர்த்திருக்கிறார். அவர் ஒரு ஆப்பிரிக்க பெண்ணை பற்றி வர்ணிக்கையில் ‘ஓங்குதாங்கான உயரம்’ என மொழிபெயர்ப்பு செய்திருக்கிறார். ஆனால் அந்த வார்த்தை எந்த இடத்திலும் நெருடலாக இல்லை என்பது தான் ஆச்சரியம்.

ஆப்பிரிக்க பெண்ணை பற்றிய இக்கதை இப்படியாக ஆரம்பிக்கிறது. என் அம்மாவிற்கு ஏனோ என்னைப் பிடிக்கவேயில்லை. என்னைப் பார்க்கும் போதெல்லாம் திட்டிக் கொண்டே இருக்கிறாள். எப்போதும் சபித்துக் கொண்டே இருக்கிறாள். ஏன் என் அம்மாவிற்கு என்னை பிடிக்கவில்லை என எனக்குத் தெரியவில்லை. நாளாக நாளாக என் வயிறு பெருத்துக் கொண்டே வருகிறது. என் அம்மாவின் சாபமும் கோபமும் அதிகரித்துக் கொண்டே வருகிறது. என் அம்மாவிற்கு ஏன் என்னை பிடிக்கவில்லை எனத் தெரியவில்லை. ஒரு நாள் அடிவயிற்றில் வலி வந்து என்னை யார் யாரோ தூக்கிக் கொண்டு போகிறார்கள். எனக்கு குழந்தை பிறந்து விட்டதாக சொல்கிறார்கள். அம்மா மறுபடியும் சபிக்கிறாள். திட்டுகிறாள். எனக்கொரு குழந்தை பிறந்துவிட்டது என்று அந்த புத்தகத்தின் முதல் அத்தியாயம் முடியும்.

அடுத்த அத்தியாயம் ஆறு மாதத்தில் என் வயிறு மீண்டும் பெருத்து விட்டது என தொடங்கும். காரணம் என்னவென்று எனக்கு இன்னும் தெரியவில்லை. ஏதேதோ என் கனவில் நடந்தது போலவும் மனக்குழப்பத்தில் நடந்தது போலவும் தெளிவின்மையாக இருக்கிறது. அம்மா துக்கம் தாளாமல் மரணப்படுக்கையில் வீழ்ந்து விடுகிறாள். ஆனாலும் நீ நாசமாக போவாய் என சபித்துக் கொண்டே இருக்கிறாள்.

பெற்ற அப்பாவோடு சேர்ந்து இரண்டு பிள்ளை பெற்றெடுத்திருக்கிறாய் என திட்டுகிறாள். அப்போதும் நான் புரியாமல் 'என் அப்பாவோடா?' எனக் கேட்கிறேன். தன் அப்பா தன்னை தனியறைக்கு கூட்டிச் சென்று தான் வேண்டாம் வேண்டாம் என்று சொன்ன போதும் அவர் செய்த சில வலி நிறைந்த விஷயங்கள் இதுதானா என அந்த 14 வயது சிறுமி யோசிக்கிறாள். அந்தப் பெண் தன் தகப்பனுக்கு இரண்டு குழந்தைகள் பெற்று அந்த குழந்தைகள் யாரிடம் இருக்கின்றன என்பது கூட தெரியாமல் தகப்பனோடு வாழ்ந்து கொண்டிருக்கிறாள். இப்படியாக முதல் இரண்டு பக்கங்களில் அதிர்ச்சி அடைந்த நான் 384 பக்கம் வரையிலும் அதிர்ச்சி அடைந்து கொண்டே இருந்தேன்.

இந்த புத்தகம் சமூகத்தின் எல்லா விஷயங்களையும் உடைக்கிறது. ஒழுக்கம், தாய்மை, தந்தைமை என எல்லாவற்றையும். அந்த பெண்ணின் பெயர் சீலி. ஆப்பிரிக்க பெண்ணான அவள் தன்னை பற்றி வர்ணிக்கையில் தான் கவர்ச்சிகரமான பெண் இல்லை. ரொம்ப சுமாரான பெண்தான் என்று அவளே சொல்கிறாள், நான் சொல்லவில்லை. ஏனெனில் மனிதத்தில் யாரும் அழகு, அழகில்லை என்று பிரித்து விட முடியாது, புற அழகல்ல, அக அழகு மட்டுமே வசீகரமானது என்பதில் நம்பிக்கையுடையவள் நான். சீலி சொல்கிறாள், யாரும் என்னை நேசித்ததில்லை. ஆனால் அப்பா ஏன் அப்படி என்னிடம் நடந்து கொண்டாரென்று தெரியவில்லை. என் இரு குழந்தைகளும் எங்கிருக்கிறார்கள், அவர்கள் இறந்து விட்டார்கள் என்று அப்பா சொல்வதும் எனக்குப் புரியவில்லை, அது நிஜந்தானா? தெரியவில்லை.

எனக்கு நெட்டி என்று ஒரு தங்கை இருக்கிறாள். எங்கள் வீட்டில் மிக அழகான பெண் அவள் தான். அவளை ஒரு வயதான ஒருவர் பெண் கேட்டு வந்தார். அவரிடம் அப்பா நெட்டி வேண்டாம் என்னை மணந்து

கொண்டு போகும்படி சொன்னார். எனக்கு பயம் வர ஆரம்பித்தது. எனக்கு கல்யாணம் ஆகி போய்விட்டால் நெட்டிக்கு அப்பா இரண்டு குழந்தைகளைக் கொடுத்து விடுவாரோ என பயந்தேன். நான் எனக்கு கல்யாணம் வேண்டாம் என்று சொன்னேன். அந்த வயதானவருக்கும் என் தங்கையைத்தான் பிடித்து இருந்தது. ஆனால் இறுதியில் அப்பாவின் பிடிவாதம் அதிகமாகி என்னையே அவருக்கு கல்யணம் செய்து வைத்தார். நான் என் தங்கையிடம் பத்திரமாக இரு என்று மட்டும் சொன்னேன். நான் போன சில நாட்களுக்குப் பின்பு என் தங்கை கன்னியாஸ்திரியாக போய்விட்டாள் எனக் கேள்வி பட்டேன். எனக்கு நிம்மதியாக இருந்தது.

இந்த புத்தகம் முழுவதும் சீலி 'அன்புள்ள கடவுளுக்கு' என்று தொடங்கும் ஒரு கடித அமைப்பிலேயே எழுதப்பட்டிருக்கிறது. ஆனால் புத்தகத் தலைப்பு 'அன்புள்ள ஏவாளுக்கு'. சீலியை கல்யாணம் செய்து கொண்டவருக்கும் அவளுக்கும் கிட்டத்தட்ட 30 வயது இடைவெளி. அந்த வயதானவருக்கு கல்யாண வயதில் ஆண் பிள்ளைகள் உட்பட நாலைந்து குழந்தைகள் இருக்கிறார்கள். அந்த குழந்தைகளைப் பார்த்துக் கொள்ளவும் அவர் இச்சைகளை தீர்த்துக் கொள்ளவும் ஒரு ஆள் வேண்டும் என்பதாலேயே சீலியை அவர் திருமணம் செய்து கொள்கிறார். சீலி அந்த வீட்டில் ஒரு ஜந்து போல மாறி விடுகிறாள். வீட்டு வேலைகளும் குழந்தைகளை பரிமரிப்பதுமாக அவள் நாட்கள் ஓடுகின்றன. அவ்வப்போது அந்த வயதானவர் கூப்பிடும் போது தனியறைக்கு போவாள். அவளுக்கு பாத்திரம் தேய்ப்பது மாதிரி, சமைத்து முடிப்பது மாதிரி, துணி துவைப்பது மாதிரி தனியறைக்கு செல்வதும் ஒன்றுதான். இரண்டுமே உடல் வலியை அதிகப் படுத்துவதுதான்.

இப்படியாக போய் கொண்டிருக்கையில் அவளுக்கு ஒரு நாள் ஒரு

பெண்ணின் புகைப்படம் கிடைக்கும். எவ்வளவு அழகான பெண்ணாய் இருக்கிறாள் என சீலிக்கு தோன்றும். அந்த வீட்டில் இருக்கும் இன்னொரு பெண் சீலியிடம் அந்த புகைப்படத்தில் இருக்கும் பெண்ணின் பெயர் ஷூக் ஏவரி எனச் சொல்வாள். அவள் உன் கணவருடன் மிகவும் நெருக்காம இருக்கும் பெண் என்றும் அவள் பாடிக் கொண்டே மிக நன்றாக நடனம் ஆடுவாள் என்றும் சொல்வாள். சீலி, ஷூக் ஏவரியை பார்க்க வேண்டும் என ஆசைப் படுவாள். தன் வாழ்நாளின் லட்சியமே என்றாவது ஒரு நாள் அவளை பார்த்து விட மாட்டோமா என்பதாக இருக்கும்.

இரண்டு மூன்று வருடங்கள் ஓடி விடும். கணவரின் மகனுக்கும் கல்யாணம் ஆகிவிட, ஒரு நாள் சர்ச்சுக்குப்போய் வரும் கணவர் வீட்டுக்கு வண்டியில் வந்து இறங்குவார். வண்டியில் இருந்து இறங்கி வரும் அவர் சீலியிடம் வண்டியில் இருக்கும் நபர் நீண்ட கால உறவினர் அவரை அழைத்துக் கொண்டு உள்ளே வா எனச் சொல்வார். சீலி வண்டிக்கு அருகில் சென்று திரையை விலக்கிப் பார்ப்பாள்.அங்கே தன் கணவரின் காதலியான ஷீக் ஏவரி உட்கார்ந்திருப்பாள். சீலி பயங்கர பரவசமாகி அவளைக் கைத்தாங்கலாக வீட்டிற்கு கூட்டி வருவாள்.

கணவர், சீலியிடம் அவளுக்கு உடம்பு சரியில்லை. மாடியில் என் அறைக்கு பக்கத்து அறையை அவளுக்காக ஒதுக்கிக் கொடு என்று சொல்வார். சீலி சந்தோஷமாக அவளுக்கு தேவையான பணிவிடைகளை செய்வாள். அவளுக்கு சுடுதண்ணீர் வைத்து குளிக்க வைப்பாள். அவளுக்கு பிடித்தமான உணவுகளை சமைத்துப் பரிமாறுவாள். அவள் தன் கணவரின் காதலியாக இருந்த போதும் அவளுக்கான எல்லா விஷயங்களையும் செய்து கொடுத்துக் கொண்டே இருப்பாள்.

ஷுக்கும் சீலியும் நெருங்கிய ஸ்நேகிதிகளாகி விடுவார்கள். பல நாட்களுக்கு பிறகு ஒரு நாள் ஷுக் சீலியிடம் உன் கணவரோடு நான் இருப்பது. உனக்கு கஷ்டமாக இல்லையா என கேட்பாள். என்ன சொல்வதென்று ஒரு நிமிடம் தடுமாறி சீலி இல்லை என சொல்வாள். எனக்கு ஆல்பிரட்டை பிடிக்கும் அதனால் தான் நான் இங்கே இருக்கிறேன் என ஷுக் சொல்லும் போது சீலி, ஆல்பிரட்டா அது யாரெனைக் கேட்பாள். ஷுக் அவளிடம் ஆமாம் அதுதான் உன் கணவரின் பெயர் என சொல்ல சீலி ஆச்சரியமாக ஓ அதுதான் அவர் பெயரா எனக் கேட்பாள். அது வரைக்கும் இந்த புத்தகத்தில் அவள் கணவரைக் குறிப்பிடுகையில் மிஸ்டர்______ என்றே குறிப்பிடுகிறாள். மிஸ்டர்________ என்னை தனியறைக்கு அழைத்தார். மிஸ்டர்________ என்னை இந்த வேலையை செய்யச் சொன்னார், மிஸ்டர்__________ பிள்ளைகளுக்கு இதை செய்யச் சொன்னார் என்றே வரும். கிட்டத்தட்ட புத்தகத்தின் முதல் 180 பக்கங்களிலும் கணவரை சீலி மிஸ்டர் _______ என்றே குறிப்பிடுகிறாள். அதன் பிறகான பக்கங்களில்தான் ஆலிஸ் வாக்கர் ‘மிஸ்டர்______ ’ பதிலாக ஆல்பிரட் என்ற பெயரை பயன் படுத்துகிறார். அத்தனை வருடங்களாக தான் அடிமை போல பணிவிடை செய்து வந்த தன் கணவரின் பெயரையே நாலைந்து வருடங்களுக்கு பிறகுதான் ஒரு பெண் தெரிந்து கொள்கிறாள். இந்த புத்தகத்தில் மிக முக்கியமான இடமாக இதை குறிப்பிட விரும்புகிறேன். ஷஹிதாவிற்கும் ஆலிஸ் வாக்கருக்கும் மிகப் பெரிய நன்றி சொல்ல வேண்டிய இடம் இது என நினைக்கிறேன். எவ்வளவு உள்ளீடாக அந்த பெண்ணின் தனிமை, துயரம், இருப்பு பகிர்ந்து கொள்ளப்படுகிறது பாருங்கள்.

அன்றிரவு ஷுக்குக்கும் தன் கணவருக்கும் பக்கத்து அறையை ஒதுக்கித் தந்துவிட்டு தனியாக படுத்திருக்கும் சீலி கடவுளுக்கு இப்படி எழுதுகிறாள். நான் அவளிடம் எந்த கஷ்டமும்மில்லை என்று சொன்ன

போதிலும் அவர்கள் உடலுறவு செய்யும் போது எழும் ஒலி என்னைக் காயப்படுத்துகிறது. ஏதாவது செய் கடவுளே என வேண்டுவாள். இதைப் படிக்கையில் திருவண்ணாமலை, வேட்டவலம், கலசபாக்கம் போன்ற ஒரு கிராமத்தில் வசிக்கும் பெண்ணிற்கும், நகரங்களில் வசிக்கும் பெண்ணிற்கும் பல ஆயிரம் மைல் கடந்து வசிக்கும் ஒரு ஆப்பிரிக்க பெண்ணிற்கும் ஒரே துயரம் தான் என்று தோன்றுகிறது. நம் பொது புத்தியில் அமெரிக்காவில் இருப்பவர்கள் எல்லாருமே பணக்காரர்களென்றும் அங்கு பிச்சைக்காரர்களே இல்லையென்றும் அங்கிருப்பவர்கள் எல்லோருமே ஆங்கிலம் பேசுவார்களென்றும் பதிந்தது போல வெளிநாட்டுப் பெண்கள் சுதந்திரமானவர்கள், தங்கள் வாழ்க்கையை அவர்கள் அவர்களுக்குப் பிடித்தது போல தகவமைத்துக் கொள்கிறார்கள் என்றும் பதிந்திருந்தது.

நான் இந்த புத்தகத்தை பற்றி மகன் வம்சியோடு பகிர்ந்து கொண்டேன். படிப்பிற்காக அவன் சென்னையில் இருந்தாலும் அவனும் நானும் மணிக்கணக்காக ஃபோனில் பேசிக் கொள்வோம். அவன் பார்த்த படம், பார்த்த ஓவியம், புகைப்படம், என்னுடைய மொழிபெயர்ப்பு என நாங்கள் மணிக்கணக்கில் பேசிக் கொள்வோம். அந்த வகையில் கணவரை தவிர்த்து வாசித்ததை பிடித்ததை விவாவதிக்க பகிர்ந்து கொள்ள ஒரு மகனும் மகளும் இருப்பதில் எனக்கு எப்போதுமே பெருமிதம் உண்டு.

அப்படியாக இப்புத்தகத்தை பற்றி சொல்லும் போது வம்சி கிரேக்க புராணத்தில் இருக்கும் பிலோமினா மித் பற்றி பற்றி சொன்னான். இயற்கையான ஒரு இடத்தில் தங்க நேரும்போது நாம் பறவைகளை, விலங்குகளை பார்க்க ஆசைப்படுகிறோம். அப்படி உங்களில் பலருக்கு நைட்டிங்கேல் என்ற பறவையை பற்றி தெரிந்திருக்கும். அது பற்றி படித்துமிருக்கலாம். ஆனால் அந்த சிறிய பறவையை நாம்

பார்த்திருக்கிறோமா? அதன் சின்ன சிறகின் கீழே உலகமே இருக்கிறது. வானம் முழுவதும் அது சுற்றி வரலாம். எந்த கட்டுகளும் அதற்கில்லை. எல்லையுமில்லை. இந்த உலகத்தில் எங்கு வேண்டுமானலும் அதனால் செல்ல முடியும். ஆனாலும் அந்த பறவை சோகத்தின் குறியீடாக இருக்கிறது. அதன் பின் ஒரு கதை இருக்கிறது, ஒரு துக்கம் இருக்கிறது, ஒரு இயலாமை இருக்கிறது, ஒரு கோபம் இருக்கிறது.

மன்னர் ஒருவர் பக்கத்து நாட்டுடன் போரிட்டு வென்று அந்த நாட்டின் இளவரசியை மணமுடித்துக் கொண்டு வருகிறார். தோற்றுப்போன இளவரசியின் அப்பா மன்னரிடம் எனக்கு சந்தோஷம் தான். என் மகளை நீங்கள் நன்றாகப் பார்த்துக் கொள்ளுங்கள் என்று அனுப்பி வைக்கிறார். அந்த நாட்டுக்கு போன இளவரசி தன் கணவரான மன்னரிடம் எப்போதும் தனக்கு ஒரு தங்கை இருப்பதாகவும் திருமணமாகி நான் இங்கு பிரிந்து வந்த போது அவள் சிறுமியாக இருந்ததாகவும் அவளை பார்க்க வேண்டும் எனவும் சொல்லிக் கொண்டே இருக்கிறாள். மன்னர் ஒரு நாள் தங்கையைக் கூட்டிக் கொண்டு வருவதாகச் சொல்லிக் கிளம்புகிறார். தானும் வருவதாக சொன்ன இளவரசியை வேண்டாம் என தவிர்த்து தனியே செல்கிறார்.

கப்பலில் பக்கத்து நாட்டுக்கு செல்லும் மன்னர் இளவரசியின் தங்கையைப் பார்த்து அதிர்ச்சி அடைகிறான். பருவமடைந்து ஒரு சுடர் போல நட்சத்திரத்தைப் போல மின்னும் அவளை பார்த்து சொக்கிப் போகிறான். தன் மாமனாரிடம் சென்று உங்கள் மூத்த மகள் தங்கையைப் பார்க்க விரும்புவதாகவும் அதனால் தான் அவளை தன் அரண்மனைக்கு அழைத்துச் செல்வதாகவும் சொல்வார். அதற்கு அவர், என் மகளை கண்ணுக்குள் வைத்து பார்த்து வருகிறேன், அவளை அனுப்ப முடியாது என்று சொல்வார். கண்ணுக்குள்வைத்து பார்ப்பதென்பது நாம் எல்லோரும் சொல்லும் மிக அழகான

உவமைதான். அது எவ்வளவு அழகென்று யோசித்துப் பாருங்கள். மகளின் அன்பை அப்படியே கரைத்து குழைத்து ஒற்றைப் புள்ளியாக்கி கண்ணுக்குள் பொத்தி வைத்துக் கொள்வது... ராஜா அவரிடம் அப்படியே தானும் கண்ணுக்குள் வைத்து பார்த்துக் கொள்வதாக சொல்லி பிடிவாதமாக அவளை அழைத்து செல்வார். கப்பலில் திரும்பி வரும் போது மன்னருக்கு காமம் பித்தேறி உச்சத்தில் நிற்கும். அவன் கப்பலிலேயே அவளோடு வல்லுறவு கொள்வான். அவள் தாங்கொண்ணா துயரத்தில் மன்னரிடம் இந்த அநீதியை, தன் அப்பாவிடம் அக்காவிடம் மக்களிடம் காற்றிடம் என இந்த உலகம் முழுக்க சொல்வேன் என கதறுகிறாள். அதை கேட்ட மன்னர் கப்பலை ஒரு தீவிற்குள் செலுத்த சொல்வார். அந்த தீவில் ஒரு வேலிக்குள் அவளை அடைத்து வைத்துவிட்டு பல நாள் அவளுடன் வல்லுறவு கொள்ளுவான். ஒவ்வொரு முறையும் அவள் இந்த அநீதியை உலகம் முழுக்க சொல்வேன் என சொல்லிக்கொண்டே இருப்பாள். இதை கேட்டு வெறித்தனத்தின், திமிரின், அட்டகாசத்தின் உச்சத்துக்குப் போன மன்னர் அவள் நாக்கை அறுத்துவிடுவான்.

நாட்டிற்கு திரும்பி வந்து இளவரசியிடம் உன் தங்கையைப் பார்த்தேன். மிகவும் மாறி விட்டாள். உன்னைப் பற்றி அதிகமாக விசாரித்தாள். ஆனால் நான் கிளம்புவதற்கு இரு நாட்கள் முன்னதாக காய்ச்சலில் துரதிர்ஷ்டவசமாக இறந்து விட்டாள். இந்த துக்க செய்தியை உன்னிடம் எப்படி சொல்வது என தெரியாமல் இத்தனை நாள் சுற்றிக் கொண்டிருந்தேன் என சொல்வான். இதை கேட்டு இளவரசி நோய்வாய்ப்பட்டு படுக்கையிலாழ்ந்து விடுவாள்.

தங்கையின் நாக்கு அறுபட்டாலும், தனிமை சிறையில் அடைக்கப்பட்டாலும் அவளிடம் சொல்லும் எழுத்தும் இருந்தது. அந்த தீவில் இருப்பவர்களிடம் எப்படியெப்படியோ தன்னைப் புரிய வைத்து ஒரு ஆளிடம் 'நான் இன்னும் உயிருடன் இருக்கிறேன் அக்கா'

என எழுதி அனுப்பி விடுவாள்.

அந்த துண்டுச் சீட்டு அக்காவிடம் வந்து சேரும். அவள் அதை படித்துவிட்டு தன் கணவன் இவ்வளவு கயமையானவன் என்பதை அறிந்து அதிர்ச்சி அடைவாள். ஆனால் அமைதியாகிவிடுவாள். பெண்களின் அமைதி ஒரு புயலையே கொண்டு வரும் என்பதும் சாம்ராஜ்யத்தை மாற்றும் வல்லமை உள்ளதென்பதும் உண்மைதானே! கணவனுக்கு தெரியாமல் ஆட்களை அனுப்பி தங்கையை வீட்டிற்கு அழைத்து வந்துவிடுகிறாள்.

அன்றிரவுமிகவும் களைப்பாக வந்திருக்கும் கணவனுக்கு அருமையான சூப் ஒன்றை தயாரித்துக் கொடுப்பாள். அவன் அதை ருசித்துக் குடிப்பான். அதை குடித்தவுடன் அவனுக்கு போதை ஏறுவது போல தோன்றும். இப்படியான ஒரு சூப்பை தான் இதற்குமுன் குடித்ததில்லை என புளங்காகிதம் அடைவான். அப்போது ஒரு திரை விலக நாக்கு அறுபட்ட தங்கை, அக்காவிற்கும் மன்னருக்கும் பிறந்த மகனின் வெட்டிய தலையைக் கையிலேந்தியபடி நடந்து உள்ளே வருவாள். மகனின் ரத்தத்தால் தயாரிக்கப்பட்ட சூப் தான் இப்போது தான் குடித்தது என மன்னருக்குப் புரிய வரும். அந்தக் காட்சியை அப்படியே யோசித்துப் பாருங்கள். சில நொடிகளின் இடைவெளியில் அவனுக்கு எல்லாம் புரிபடும். தன் ரத்தமும் சதையும் அறுபடும் போதுதான் ஒரு ஆணுக்கு வலி புரியும், அதை உணர முடியும். மற்றவர்களின் துயரத்திற்கு அவனால் ஆறுதல் மட்டுமே சொல்ல முடியும். ஆனால் தனக்குள் குருதி சொட்டும்போதுதான் ரத்தத்தின் வலிமை தெரியும்.

ஒரு வாளை எடுத்துக் கொண்டு இருவரையும் வெட்டி வீழ்த்துவேன் என்று மூர்க்கத்துடன் துரத்துவான். மூவரும் கடற்கரையில் ஓடுவார்கள். கடைசியாக அவர்கள் கடவுளிடம் போய்

சேருவார்கள். கடவுள் அக்காவை முயலாகவும் ராஜாவை கழுகாவும் படைக்கிறேன் என்பார். நாக்கறுபட்ட தங்கையிடம் உன்னை நைட்டிங்கேல் ஆக படைக்கிறேன் என சொல்வார். நாக்கு அறுந்து போனாலும் அதன் வழி சொல் அறுபட்டாலும் தன்னுடைய ஏதோ ஒரு மொழி மூலம் இந்த உலகிற்கு தனக்கு நேர்ந்த அவலத்தை எல்லா காலத்திலும் அவள் திரும்ப திரும்ப திரும்ப சொல்லிக் கொண்டே இருக்கிறாள் என்பதற்கான குறியீடாகத்தான் நைட்டிங்கேல் சோகமாக தன் வாழ்வை பாடிக்கொண்டிருப்பதாக நான் பார்க்கிறேன்.

நண்பர்களே இன்றைக்கு நடந்து கொண்டிருக்கும் சமூக அவலங்களில், பெண்ணிடம் நடக்கும் வன்முறைகளில் எந்த பெண்ணை எரித்தாலும் குழிதோண்டி புதைத்தாலும் அவள் இந்த நைட்டிங்கேல் மாதிரி தன் பக்கத்து நியாயத்தை சொல்லிக்கொண்டே இருப்பாள். அதை தயவு செய்து காது கொடுத்து கேளுங்கள். அப்படி காது கொடுப்போமானால் நாம் அவளின் துக்கத்தைக் கேட்க முடியும். கண்ணீரின் மறுபக்கமாய் நிற்கமுடியும். ஆறுதலாய் அந்த மனதை சென்றடைய முடியும்.

இந்த மேடையில் இருக்கும் மூன்று பெண்களும் மகள் மானசியும் ஆண் பெண் என்ற பால் பேதத்தைத் தாண்டிய என் நண்பனான கோணங்கியுமாக சேர்ந்து இந்த சமூகத்தின் பிரதிபலிப்பாக, அதன் உன்னதத்திற்காக துணை நிற்போம் என்று கூறி விடைபெறுகிறேன். நன்றி.